AF748675

ஆனந்தயாழை மீட்டுகிறாள்

ஜோதி ராஜு

புக் வெஞ்சர்ஸ்

ஆனந்தயாழை மீட்டுகிறாள்
ஆசிரியர் © ஜோதி ராஜு

முதற்பதிப்பு 2021
பக்கங்கள் 140

Published by Book Benchers 2021
Copy right © JOTHI RAJU 2021
All Rights Reserved.

ISBN 978-93-5533-234-9

TheBookBenchers@gmail.com
Contact 9944992571

Affliateded By
Aelay Publish
www.aelaypublish.com

பதிப்புரை

ஆனந்தயாழை மீட்டுகிறாள் என்ற தலைப்பை கேட்டவுடன் அர்த்தம் புரியாமல் இருந்திருப்போம். பெண்ணைகளை பற்றிய தலைப்பு என்று தோன்றிருக்கும் .ஆனால், அக்காவை பற்றிய தலைப்பாக இருக்கும் என்று பலரும் நினைத்திருக்க மாட்டோம். ஒரு குடும்பத்தில் மூத்தவள் என்றும் செல்லப்பிள்ளையே! அப்படி பட்ட அக்காவை நம்மில் எத்தனையோ பேர் இழந்திருப்போம், பிரிந்திருப்போம், இன்னும் சண்டை போட்டு கொண்டு இருப்போம். இன்னும் பலர் நம்முடன் அக்கா என்ற ஒருத்தி இல்லாமல் போய்விட்டாலே என்று வருந்திருப்போம். எத்துணை பிள்ளைகள் பிறந்தாலும் அவளுக்கு என்றும் நாம் முதல் குழந்தையே.

அவள் வாழ்க்கை கரடு முரடாய் போனாலும் உடன் பிறந்தவரே பற்றியே அவள் எண்ணம் இருக்கும். நமக்கு மகுடம் சூட்டி.. அவள் மகிழ்வாள் நாம் சிரிக்க அவள் ரசிப்பாள் அப்படிப்பட்டவளை பெருமை படுத்தி பார்க்காவிட்டால் எப்படி? அதனால் தான் ஆனந்தம் மட்டுமே அளிக்கும் அவள் மீட்டும் அவ்யாழைக்கு ஆனந்தயாழை மீட்டுகிறாள் என்று தலைப்பு கொடுத்து சிறப்பித்துளேன்.

தொகுப்பாளர் சிறுகுறிப்பு

ஜோதி ராஜூ என்னும் பெயருடன்
கருப்பழகி,அட்டில் என்னும் புத்தகத்தை
எழுதியுள்ளார் இவர்.

இவர் தொகுப்பாளர் ஆகும் முதல் நூல் இதுவே.

சமர்ப்பணம்

அண்ணி என்று அழைத்த என்னை அக்கா என்று அழைக்க ஆணையிட்ட என் அண்ணி ரேவதிக்கும் உலகில் வாழும் அத்துணை அக்காக்களுக்கும் தங்கை மட்டும் தம்பிகளுக்கும் இந்தநூல் சமர்ப்பணம்.

அண்ணி என்பவள் அக்காவாய்

உடன் பிறந்தவள் விட்டு செல்ல
நடுவில் வந்த உன்னை
அண்ணி என்று அழைக்காமல்
அக்கா என்று அழைத்தேன்

அள்ளி பொழிந்த உன் பாசம்.....
அரவணைத்த உன் கை ......
திமிரான உன் பார்வை ......
கோவமான உன் முகம்......
குழந்தை தனமான உன் மனது.....
அனைவரையும் நம்பும் நீ .....

இப்படி சொல்லி கொண்டே போவேன்
வார்த்தைகளால் மட்டும் அல்ல
என் வாழ்விலும்!!

நீ விட்டு செல்லும்
உன் இடத்தை நிரப்பத்தான்
என்னை அழைத்து வந்தாயோ???
உன்னை மட்டுமே நம்பி
என் வாழ்வை இழந்து
உன் பின்னால் வந்தேன்.
நீ விட்டு சென்ற இடம்
இன்னும் வெறுமையாய்
நானும் வாழ்கிறேன் தனிமையாய்

என்னை அழகுபடுத்தி கண்டவள்
இன்று அழவைத்து காண்கிறாய்
நீ கூறிய வார்த்தைகள் எல்லாம் எங்கே ???
உன்னை போல் அதுவும்
காணாமல் பொய் விட்டதோ??

அனைவரையும் நம்பி
என்னை ஏமாற்றியது உன் தவறா??
இல்லை
உன்னை நம்பி ஏமார்ந்தது
என் தவறா??
உன்னால் இன்று
சிரித்த நாட்களை விட
அழுத நாட்கள் அதிகமாய்...

இருந்தும் தவமிருக்கிறேன் .....
உன் ராஜாவை நீ
பார்த்தது போல்
உன்னை நான்
பார்க்க வேண்டும் என்று
உனக்கு மறுபிறவி இருந்தால்

"பிறந்துவிடு"

என் வயிற்றில்
பார்த்துக்கொள்வேன்
என்றும் உன்னை
என் அம்மாவாய்
அக்காவாய்
அண்ணியாய்
யாதுமாய் !!!!!

-ஜோதி ராஜு

அன்னையின் மறுஉருவம்

ஆண்டுகள் முழுதும் உன் கைப்பற்றி
ஆயுள் கடக்கத்தான் ஆசை
அன்னை வடிவில் உன்னைக்காண
அம்மாவின் அடிவயிற்றில்
தவமிருந்தேன்

பள்ளி செல்லும் பருவத்தில்
உன் நிழல் கண்டு
பின் தொடர்ந்தேன்

செல்லமாய் என்னை
நீ தான்கையில்
அம்மா என்று அழைக்கத்தான் எண்ணம்

வேறொருவன் கைப்பற்றி
நீ பிரிகையில்
பிறவியின் மேல் கோவம்

முதல் குழந்தை பிறந்து
உன்னை அம்மா என
அழைக்கையில்
அதன் மீது பொறாமை
என்யிடம் உனக்கோ??? என
அக்கா அல்ல நீ ....
என்றும்
என் அன்னையின்
மறுஉருவம்!!!

-ஜோதி ராஜு

பொறாமை

நான் பிறந்தவுடன் அள்ளி அணைத்த
உன் கை.........
வளர்ந்தவுடன் நீ காட்டிய அக்கறை,
பார்த்து பார்த்து பதிய வைத்த உன் பாசம் ....
சண்டை போடுகையில் சிவக்கும் உன் முகம்
உன் அழகான கோவம்
அம்மா அப்பா திட்டும் போது ஆறுதலாய்
உன் வார்த்தை
உன் குழந்தைக்கு முன்
முதல் குழந்தையாய்
நான் தூங்கிய
உன் மடி

இதை எல்லாம் கண்டு
கடவுள் மீது எனக்கு கோவம்
என்னை படைக்காமல்
கொஞ்சம் பொறுத்திருந்தால்
அன்னை வயிற்றில் பிறந்ததற்க்கு
உன் வயிற்றில் பிறந்திருப்பேன்
நீ பிறந்த வயிற்றில் பிறந்ததிற்கே
நீ இவ்வளவு செய்கிறாய் என்றால்
உன் வயிற்றில் பிறந்திருந்தால்??

-ஜோதி ராஜு

அன்பான ராட்சசி...

அவளோடு சண்டையிடும் போது அவள் தோற்று
என்னை பலசாலி ஆக்கிவிட்டாள்

அவளோடு விவாதங்களின் போது அவள்
அமைதியாகி என்னை பேச்சாளர் ஆக்கிவிட்டாள்

அவளது விருப்பங்கள் எனக்கும் பிடிக்கும் போது
விட்டுக்கொடுத்து என்னை சிறந்த ரசனையாளர்
ஆக்கிவிட்டாள்

அவளது ஆளுமை திறமைகளை எனக்கு
கற்றுக்கொடுத்து என்னை சிறந்த நிர்வாகி
ஆக்கிவிட்டாள்

அவளிடம் யாராவது நீ அழகு என்று சொன்னால்
என் தங்கை என்னை விட அழகு என்பாள்...

நீ மிகவும் திறமைசாலி என்றால் என் தம்பி
என்னை விட திறமைசாலி என்பாள் ...

இவ்வாறு அனைத்திலும் தோற்றவள்...

நான் பெற்ற வெற்றி கண்டு அவள் சிந்திய ஒரு
துளி ஆனந்தக்கண்ணீரில் என்னை மொத்தமாக
வென்றுவிட்டாள்.

-SUDHAMARICHAMY

அக்கா...

அம்மா இல்லாத இடத்தில் அவளது இடத்தை நிரப்பும் போது அவள் அடுத்த அம்மா...

ஆடை ஆபரணங்களுக்கு சண்டையிடும் போது அவள் அழகான ராட்சசி ...

அடுத்தவர் முன் தன் உடன் பிறந்தோரை புகழ்ந்து பேசும் போது அவள் சிறந்த வர்ணனையாளர்...

தன்னுடன் பிறந்தோரின் பிரச்சனைகளுக்கு தீர்வு சொல்லும் போது அவள் சிறந்த அனுபவசாலி ...

தனக்காக கடவுளிடம் வேண்டுவதை விட தன்னுடன் பிறந்தோரின் நலனுக்கு வேண்டும் போது அவள் சிறந்த நலன்விரும்பி...

வானில் தெரியும் வானவில்லுக்கு ஏழு வண்ணம் தான் ...

ஆனால் அக்காவின் அன்பிற்கு ஆயிரம் வண்ணங்கள்.

-SUDHAMARICHAMY

என் உணர்வில் கலந்தவள்"

அக்கா!! அகராதி சொல்ல அர்த்தம் கொண்டவள்..
அன்பின் மொழிபெயர்ப்பு...
ஆரவாரம் இல்லா குறுநகை கொண்டு மனம்
அறிபவள்...
நான் நடை பழக நீ நடத்திய நாடகம் இப்போது
நினைத்தாலும் மனம் மயங்கி இதழ்
விரிக்கிறேன்...
எந்தன் சிறு மாற்றம் கண்டே மருத்துவம்
செய்வாயே..

சிறு சண்டைகள்...

நடுத்தரமான கோபங்கள்...

அளவு கடந்த உந்தன் காதல்...

இவ்வுலகில் யாராலும் தரமுடியாது...
சலனங்கள் இன்றி சாய்ந்து கொள்ள உந்தன்
தோள் போதும் எனக்கு..
அன்னை மடியின் ஸ்பரிசம் உன்னில்
கொண்டேன் நான்...
பள்ளி செல்லும் வழியில் பஞ்சி மிட்டாய்...
படுக்கையில் பால்நிலவு கதைகள்..
மறக்குமோ இந்த மங்கையின் மனம்..
அடிபடும் அடுத்த நொடி கதறுவாள்.
நான் கண் கலங்கினால்..
அவள் உதிரம் வடிப்பாள்...
உன்னை பற்றி எழுதினால் ஏடுகளுக்கே உயிர்
வந்து ரசித்திடும் உன்னை...

காலம் கடந்திடும்...

காதல் நிறைந்திடும்...

பருவநிலை மாறும்...

பல பொழுது கூடும்..

மொட்டு மலர்ந்திடும்...

மௌனம் களைந்திடும்..

உந்தன் கதை கேட்க!

என்றென்றும் உந்தன் முதல் பிள்ளையாக...

- அர்ச்சனா சாமிநாதன்

அன்னையின் மறு உருவம்❤

உடல் அளவு நீ வேறு நான் வேறு என்றாலும்.
மனதளவில் நான் என்றும் உனக்குள் .
எவ்வளவு பெரிய சண்டை வந்தாலும்.
எவ்வளவு பெரிய சண்டை வந்தாலும்பிரியாத
உறவு அது நீயடி.
என் சிரிப்பை பகிர்ந்து கொள்வதற்கும் .
என் கண்ணீரைத் துடைப்பதற்கு இறைவனால்
அனுப்பப்பட்ட இரண்டாவது தாய் எனக்கு நீயடி.
தோல்வியிலும் வெற்றியிலும் எனக்கு சாய்ந்து
கொள்ள தோள் கொடுத்த என் இரண்டாவது உயிர்
நீயடி. மீண்டும் ஒரு ஜென்மத்தில் நானே உன்
மகளாக பிறக்க காத்திருக்கின்றேன்.
இப்படிக்கு உன் அன்புள்ள தங்கை.

-நாகதேவி.ம

என் அக்கா!!!

ஆயிரம் உறவுகள் வந்தாலும் இவள் ஒருத்திக்கு நிகராகுமா....
சின்னச்சின்னதாய் பாராட்டி என்னைச்சிறகடிக்க வைத்தவளும் இவளே...
நான் செய்யும் குறும்புதனங்களை பொறுத்துக் கொள்ளும் தாயும் இவளே..
நான் செய்யும் தவறுகளை எனக்கு உணர்த்தும் நீதிதேவதையும் இவளே...
என்னை அழ வைப்பதும் இவளே ....
சிறிது நேரத்தில் சிரிக்க வைப்பதும் இவளே.....
ரகசியங்களை சேகரித்து வைக்கும் சேமிப்புப் பெட்டகமும் இவளே...
நான் துவளும் நேரத்தில் எனக்கு தைரியம் தந்து என்னை வெளிக்கொண்டு வருபவளும் இவளே...
எத்தனை முறை இந்த பூமியில் பிறந்தாலும் உனக்கே தங்கையாய் பிறந்திட ஆசையடி...

-ச.பிரியதர்ஷினி

அக்கவே என் தோழி

அ க்கா அன்பாய் அன்னை வடிவம்
ஆ சை முத்தாய் ஆசான் அவள் !
இ ன்பச் சிரிப்பாய் இனிமை தென்றல்
ஈ சலாய் துடிப்பாள் இன்னல் வந்தாள் !
முயற்சியின் போது
உ றுதுணையாய் வருவாள் தோல்வியின் போது
ஊ ன்றுகோளாய் இருப்பாள் ! எக்காரணத்தாலும்
எ ளிதாய் விலகிடாதவள் ஏக்கத்தை போக்கிடும்
ஏ ற்றம் கொண்டவள் !
ஐ யங்கள் நீக்கிடும் ஐஸ்வர்ய மானவள்
ஒ ன்றாய் இணைந்து வாழ்வில் நடைபோடும்
தந்தையவள் ! அழுகையின் போது
ஓ டியே வந்திடும் நம் புன்னகையில் வந்த
ஓ சையின் இசையானாவள் !
ஔ வையின் அறத்தை அழகாய் உணர்த்துபவள்
அ *ஃ* கிய சிறப்பை அமுதாய் ஊட்டிடுவாள் !
அக்காவே அனைத்தும் தந்திடும் ஆசை
தோழியவள் !

-சுதா கவி

"எனக்கு மட்டும் சொந்தமானவள்"

அக்கா!!! அடிமனதில் சுமக்கின்ற உனது காதலை
என்னில் துளைத்தாயே நீ...
ஆயிரம் துன்பம் உன் வாழ்வில் வந்த பொழுதும்
அழகாய் அன்பை சொன்னாயே நீ..
மொட்டுகள் மலர்வது போல என்னுள் உந்தன்
அன்பு தினம் தினம் புதிதாய் மலருதே...
உந்தன் கைகளை கோர்த்து நடை போட ஏங்கி
தவிக்கிறேன் நான்...
புதையலாய் கிடைத்தாய் நீ எனக்கு...
புன்னகை பூக்களை பூக்க செய்வாய் நீ என்னை...
வாழ்வின் விளிம்பு வரை உந்தன் காதல் எனக்கு
மட்டும் தான்...
ஆரவாரம் இல்லா சிலை நீ..
உன் அன்பிற்கு நான் அடிபணிவேன்..

-அர்ச்சனா சாமிநாதன்..

இரண்டாம் தாய்....

என் உற்பத்தியின் உற்ற பாதியே
நான் உன் உயிரின் தொடர்ச்சியே மீதமும்
மொத்தமும் அன்பை பொழிந்தவளே
தாய் வயிற்றில் சுமந்து பெற்றாள்
தந்தை தோளில் சுமந்து சுகமானார்
நீயோ இடுப்பில் சுமந்து களிப்புற்றாய்
நீயுடுத்திய உடை புத்தாடை எனக்கு
மகிழ்வில் உன் முதல்பிள்ளை நானானேன்
பெற்றோர் என்மீது தொடுக்கும் போரில் என்னைக்
காப்பாற்றும் வீரமிகு தளபதி முதுகெலும்பின்
முக்கியம் நீயிருக்க உணர்வதேயில்லை
நட்புக்கும் உறவுக்கும் உன்னைப்போல் தோள்
கொடுப்பாரில்லை
எந்த கருவியும் உன்போன்று இசைப்பதில்லை
நினைவு உலகத்தில் இந்த பூமி உன்னையன்றி
வேறு கோள்களையா சுற்றும் அக்காவெனும்
அக்கறையாளின் அன்பே அலாதியானது.!

- குமார் தண்டபாணி

இன்னும் ஒன்று....

என்தவறுக்கு தண்டனை பெற்ற முதல்தியாகி
நான் படைத்த படைப்பின் முதல்ரசிகை
அன்பில் அன்னை கண்டிப்பில் தந்தையானாள்
நீச்சல் தெரியாமல் ஆற்றைக் கடப்பேன்
வாழ்க்கை படகில் துடுப்பென துணையிருந்தால்
பாசப்பயிரில் மட்டும் களை வளர்வதேயில்லை
வானவில்லில் உன்நிறம் என்றும்
தோன்றுவதேயில்லை தோன்றினால்
மறையக்கூடும் என்பதாலோ என்னவோ
எந்தக்குயிலும் உன்போல் என்பெயரை
கூவுவதேயில்லை
பெற்றோர்க்கும் எனக்கும் சமாதான தூதுவள்
அழியாத மகிழ்வொன்று ஆண்டவன் தந்தால்
அக்காவிற்கும் ஒன்று கேட்பேன் குழந்தையாய்.!

- **குமார் தண்டபாணி**

அன்பை பொழியும் அக்காவே

தாயின் மறு உருவம்
தம்பி தங்கைக்கு தாயாக
அக்கா என்பவள் அன்னைக்கு நிகரே
பலருக்கு அக்காவாக அன்பைப் பொழியும் நான் ஏங்குகிறேன் !அக்கா இல்லை என்று
தவறுகளைத் திருத்தும் உயர்ந்த எண்ணம் கொண்டவள்
தோல்விகளை சகித்துக் கொள்பவள்
வெற்றிகளை பலருக்கு ஈட்டித் தருபவள்
ஆலோசனை தரும் அரசி
வெண்மை குணம் கொண்டவள்
சகோதரியாய்,சகதோழியாய், உண்மையின் மறு உருவமாய்
அக்காவின் பாசத்திற்கு அகராதியில் வார்த்தைகள் இல்லை
ஒவ்வொரு சகோதரனுக்கும் முதல் காதலி
அக்கா என்பவள்
தன் துயரத்தை மறைத்து பிறர் துயரத்தை சரி செய்யும் ஆலோசனை பெட்டகம்
பெண்ணாய் பிறப்பது வரம்
எத்தனை உறவுகள் இவளுக்கு தாயாக, தங்கையாக, அக்காவாக ,மகளாக, மருமகளாக காதலியாக
வர்ணனைகள் ஏராளம் இவளுக்கு
இவளின் பாசத்திற்கு எல்லையே இல்லை
அக்காவாக இருப்பதில் பெருமை கொள்கிறேன்

*இன்னொரு பிறவியில் உடன் பிறந்த அக்கா
வேண்டும் என்று ஏக்கத்துடன் வாழ்கிறேன்*
அக்கா அக்கா என்று நினைத்து கொண்டு
என் அன்பே உன்னை காண ஏங்கி வாழ்கிறேன்

- கவிஞர் மகாலட்சுமி ராக்கியப்பன்

இன்னொரு தாய்...

அன்னையின் மறுவடிவம் நீ !
தந்தைக்கு இலக்கணம் நீ !
உன்னுடைய குறும்புத்தனமும் , கேலிச் சிரிப்பும்
வியக்க வைக்கிறது என்னை...
தங்கை எவ்வளவு தான் தவறு செய்தாலும்
அசட்டை செய்யாமல் அன்பு செய்வாயே மிகவும்
அழகு..
மாதா பிதா குரு தெய்வம்...
இவ்விடத்தில் சகோதரிக்கு எவ்விடம் கொடுப்பது
புரியவில்லையே? சட்டென்று குத்தியது ஒருகை
அன்னையாய் இருந்து அன்பு செய்பவளும் நீ !
தந்தையாய் இருந்து தாங்கிக் கொள்பவளும் நீ !
ஆசானாக இருந்து அறிவு புகட்டுபவளும் நீ !
தெய்வமாய் இருந்து துணை நிற்பவளும் நீ !
இத்தனை சிறப்பு வாய்ந்த நீ
எனக்கு சகோதரியாய் கிடைக்க நான் என்ன தவம்
செய்தேன்...
இன்னும் நான் என்ன தவம் செய்ய வேண்டும்
ஏழேழு பிறவியிலும் நீ
என் சகோதரியாய் கிடைக்க...
தனக்கு இல்லாவிடினும் தன் குழந்தைக்கு
வேண்டும் என்று நினைப்பவள் அம்மா !
உணர்கிறேன் தாயின் பாசத்தை உன்னிடத்தில் !
ஏனென்றால் அக்கா என்பவள் இன்னொரு "தாய்"
அல்லவா !

-பிரகதீஸ்வரி சிவக்குமார்

பிரிதலும் அக்காவும்

நம் வீட்டில்
நம் தோட்டத்தில்
நம் பார்வையில்
நம் ஆசையில்
நாம் நட்டுவைத்ததில்
உரம் போட்டதில் நீர் ஊற்றியதில்
முள் வேலி அமைத்து
நம் பாதுகாப்பில்
நம் அரவணைப்பில்
வளர்த்தெடுத்த
அந்த பூ !
திடிரென்று
ஒரு நாள்
நம்மாலே
நம் கண் முன்னே
நாமே பறித்து
ஒருவருக்கு
பரிசாய் தருகிறோம்
தம்பிகள் ஆகிய நாம்
அக்கா என்கிற
அந்த பூவை !

-பொன்.கலையரசன்

அக்காவின் அன்பு

மலர்ந்த பூவாய் இருந்து
மலர்வதற்கு போதித்தாய்.
தாயின் தாக்கத்திற்கு பின்னும்
ஊக்கம் கொடுத்தவள்.
ஓர் அணையாக இருந்து
இந்த நீரை வழிப்படுத்துவதோடு மட்டுமன்றி,
தீயவர்கள் அண்டவிடாமல் காக்கும்
மதிற்சுவராகவும் இருந்தாய்.

பாசம் பாதிவரை என
தெரியாமல் பழக மறந்தேன்.
வயதை அறிந்த பிறகே புரிந்தது
உன் அன்பின் அழகே.
வாலியின் கைப்பிடியாய் இருந்து
என்னை ஓர் கையில் தூக்கினாய்.
நீயின்றி இந்த வாலியை தூக்க
இரு கைகள் தேவைப்படும்.
தந்தையிடம் அடங்கி பேசினேன்
உன் பின்னால் நின்று,
அவரை எதிர்த்து பேசுகிறேன்
உன் மறைவால் இன்று.
நேரத்தை கடக்க விட்டு,
வயதை கழிக்க விரும்புகிறேன் உன்னுடன் என்
அக்காவே!

-A Dhinesh

வாழ்வியல் சிந்தனையில் என் அக்கா

ஆயிரம் உறவுகள் வந்தாலும்
இவள் ஒருத்திக்கு
நிகராகுமா

சின்னச் சின்னதாய் பாராட்டி
என்னைச் சிறகடிக்க வைத்தவளும்
இவளே

நீ என் அருகில்
இருக்கும் வரை
எதுவும் தெரியவில்லை
ஆனால் இன்றோ!
உணர்கிறேன் என் வாழ்வின்
மொத்த வண்ணங்களும்
நீ என்று

தோள் கொடுப்பாள்
தோழி அல்ல
மெய் அன்பு தந்தாள்
தாயும் அல்ல

உரிமையாய் உறவாடும்
என் உயிரின் வரவு நீ
என் உடன்பிறவாத
உன்னத உறவும் நீ!

அக்கா என நான் அழைக்க
அழைப்புகண்டு மகிழ்ந்திடுவாள்
போடி என்றோ சொல்லிவிட்டால்
கொஞ்சும் கோபத்தில் சினந்திடுவாள்

தவறுகள் நான் செய்தாலும்
தண்டனைகள் தரமாட்டாள்
தரமான போதனையால்
என் தவறினையும் திருத்திடுவாள்

தன்னம்பிக்கை தந்திடுவாள்
தங்கமான தமக்கை அவள்
என் கவிதைக்கு முதல் வாழ்த்து
மூத்தவளே உன் வாழ்த்து

மறுஜென்மம் ஒன்றிருந்தால்
உன் உடன்பிறப்பாய் வரவேண்டும்
இல்லை உந்தன் மடிதவழும்
மகளாகும் வரம் வேண்டும்!

-காவியவர்சினி.வி

என்னவள் (என் அக்கா)

நான் செய்யும்
குறும்புதனங்களை
பொறுத்துக் கொள்ளும்
தாயும் இவளே

நான் செய்யும்
தவறுகளை
எனக்கு உணர்த்தும்
நீதிதேவதையும் இவளே

என்னை அழ
வைப்பதும் இவளே
சிறிது நேரத்தில்
சிரிக்க வைப்பதும் இவளே

நான் துவளும் நேரத்தில்
எனக்கு தைரியம் தந்து
என்னை வெளிக்கொண்டு
வருபவளும் இவளே

சில நேரங்களில் நீ இன்னும்
இங்கே இருக்கிறாய் போல
நான் கதவைப் பார்க்கிறேன்
நீ உனது பணி முடித்து திரும்பி வர
காத்திருக்கிறேன்

உனை ஒப்பிட்டு கவிதை சொல்ல
இப்பூவுலகில் எவரும் இல்லை
என் வரிகளுக்கு வலிமை தரும்
என்னவளே நீ என்பேன்

அன்பின் உள்ளம்
கொண்ட என்னவள்(என் அக்கா)
வீரேஸ்வரிக்கு இவ்வரிகள் சமர்ப்பணம்!

-காவியவர்சினி.வி

அன்பு பொக்கிஷம் (என் அக்கா)

என் பொக்கிஷமே
என் அன்பு சகோதரியே!
நாம் கோபமாய் சண்டை போட்ட
நாட்களையும்
சந்தோசமாக சிரித்து பேசிய
நாட்களையும்
பாசமாய் எனக்கு உணவிட்ட
நாட்களையும்
கண்டிப்புடன் என்னை படிக்க வைத்த
நாட்களையும்
எண்ணும் போது
கண்ணீர் வழிகிறது
காவேரியாய்
அந்த கண்ணீர் துளியும்
நீ வருவாய் என

தெய்வமாகத் தெரிந்தவள்
அந்த தெய்வத்தோடே சேர்ந்து
விட்டாளே
அம்மாவாய் இருந்தவளை கொரானாநோய்
கொன்று, கொண்டு செல்லுமென
நானறியேன்
அவளிருக்கையில் நாளும் அவளை
அழவைத்தவள் இப்போது அழுகிறேன்
தினமும் அக்கா வேண்டுமென

நான் வியக்கும் வானம் அவள்
அதில் ஒளிரும் விண்மணி அவள்
அண்ணாந்து பார்க்கிறேன் அவள்
கிடைக்க அரிதான வானுலகப் புதையல் என்று
நினைத்து!

-காவியவர்சினி.வி

பொன் மகள்

பிஞ்சு பாதங்களிலே பாலும் வழிந்தோடிடுமே.!!
புல்லாங்குழலின் இசையும் தோற்றுப்போய்விடுமே
அவளின் இன்னிசையினிலே.!!
பூவிதழைப் போல புன்னகையை
உதிர்த்திடுவாளே.!!
யாழ் இசையும் மயங்குதே அவளின் அழகிய
சிரிப்பலையினிலே.!!
கவலைகள் கலைந்திட உந்தன் புன்னகை
போதுமே.!!
காற்றாய் நானும் தவழ்ந்திட உந்தன் அன்பின்
மொழி போதுமே.!!
கானல் நீராய் உருகியே உன்னுடனே வாழ்ந்திட
இவ்வுயிரும் தவிக்கின்றதே.!!
இறுகிய மனதை இரக்கம் கொண்டு
கரைத்திடுவாளே.!!
காலம் முழுவதும் உந்தன் பிஞ்சு பாதத்திலே
கிடந்திட ஆசையடி.!!
உந்தன் கைகள் பிடித்து இவ்வுலகினை வலம்
வந்திட மனம் ஏங்குகின்றதே.!!

-கு.ரமேஷ்குமார்

தாயாக அக்கா

*தாயின் பாசம் ஈடாகாது அக்காவின் முன்னே
*உன் கரங்களில் வாழுவேன் என்றென்றும்
கண்ணே
*நான்அழுதால் உன் மனம் தாங்காது பெண்னே
*என்னை சிரிக்கவைத்து செல்வாள் பின்னை
*உன்னை பற்றி எழுத முயன்று தோர்கிறேன்
*உன்னை போல் யாரும் இல்லை என்று
கூறுகிறேன்
*உன்னை காலம் முழுவதும் சுமக்க பார்க்கிறேன்
*என் அக்கா போல் யாரும் இல்லை என்று
எண்ணுகிறேன்
*உன் பாசத்தில் உலகத்தை விட்ருவிடுவாய்
*நான் எங்கு போனாலும் நீ கண்டுக்கொள்வாய்
*நான் தவறு செய்தால் இனி செய்யாமல்
பார்த்துக்கொள்வாய்
*தாயே போல் பாசத்தில் என்னை மூழ்கிவிடுவாய்

-SAI **(கவிதை காதலன்)**

பாசமலர்

பாசத்தால் என்னை ஈர்த்தவளே
என் வாழ்க்கைக்கு தோழியானவளே
என் கோவத்திற்கு ஆளானவளே
அக்கறைக்குத் தாய் ஆனவளே
என்னை வளர்த்தவனே
எப்பொழுதும் நினைத்தவளே
உன்னை பற்றி சொல்ல என்னிடம்
வார்த்தையில்லை
உன்னை பற்றி பேசாமலும்
இருக்க முடியவில்லை
உன்பின்னே பிறந்தாலும்
எப்பொழுதும்
உன்முன்னே நின்றுயிருப்பேன்
ஆயுதம்போல் என்னை காத்தவளே
ஆகாயத்தில் இருந்து வந்தவளே
பார்ப்பவர்களுக்கு தெரியும்
நாம் இருவர்
நமக்குமட்டும் புரியும்
நாம் ஒருவருக்கு ஒருவர் என்று

அனைவரும் முன்னோர்களை
பின்பற்றுவர்
நான்மட்டும் என்ன
புண்யம் செய்தேன் என்று
தெரியவில்லை
என்முன்னே பிறந்தவளை
பின்பற்றுவதற்க்கு
என்றும் உன்முன்பின் இருக்கும் தங்கை

-க.லாவண்ய லட்சுமி

உடன் பிறவா அக்கா...

முதல் முறை உன்னை
பார்க்கும் போது நினைத்தேன்...
மற்றவர்களை போல் நீயும்
ஓர் சராசரி பெண்தான் என்று...
பழகிய பின்பு தான் தெரிந்தது
நீ அந்த சித்திரத்திற்கு
உயிர் கொடுக்கும் அளவுக்கு
அன்பு நிறைந்தவள் என்று...

நான் துவண்டு நிற்கும் போது என்னை அதில்
இருந்து மீள முயற்சிக்கிறாய்...
இன்பமோ துன்பமோ என் உணர்ச்சிகளோடு நீயும்
சேர்ந்தே பயணிக்கிறாய்...
எனக்கு அக்கா இல்லையே என்று நான் கவலை
பட்டதுண்டு....
எனக்கு அக்கா இல்லையே என்று நான்
கவலை பட்டதுண்டு....
உன்னை பார்க்கும் வரையில்...
ஆனால் இப்பொழுதோ...
அக்கா என்று அழைத்த உன்னை ....
அம்மா என்று அழைக்க துடிக்கிறது என் மனம்...

-ரா.செ.அனுபிரவினா

தாயுமானவள்

கேட்டும் கிடைத்திடா பல வரங்களில்..
நான் கேட்காமல் கிடைத்த உன்னத வரம் நீ...
பட்டாம்பூச்சியாய் ஒன்றென திரிந்தோமே...
வானம் கூட நமக்கு எல்லை இல்லையென
ஆனந்தம் பாடினாமே...
உறங்கிடும் போதும் உன் கரம் என்னை விட்டு
பிரிந்திடவில்லையே...
சுற்றி திரிந்த பாட்டாம்பூச்சியை கூட்டில் அடைக்க
திட்டம் போட்டார்களே...
வேறு இடமும் மாற்றி விட்டார்களே..
அதற்கு காரணமும் திருமணம் என்று பெயர்
வைத்து விட்டார்களே...
நீயின்றி நானோ இங்கு தினம் தினம் வாடிட...
உன் குரலேனும் கேட்டிட செவிகளும் துடிக்குதே..
அழைப்பாய் என செல்பேசி கண்டு ஏங்கி ஏங்கி
கண்களும் குளமாச்சே..
சாலையில் வாகன சத்தம் கேட்டிடும்
நேரமெல்லாம் நீதானோ என ஏங்கிடலாச்சே...
என்ன வாழ்வு என்று வெறுத்தும் போச்சே..
நீ படும் அவஸ்தையும் எண்ணி துடிப்பும்
அதிகரிக்களாச்சே..
இப்போது மீண்டும் வந்து விட்டாய்...
தனியாக இல்லை...
உன்னுள் இன்னொரு உயிரோடு...
என்ன ஆயினும் நானே உனக்கு முதல் பிள்ளை
என்றாயே..

கண்களில் ஆனந்த கண்ணீர் ஊற்றானதே...
இத்துணை நாட்கள் எனக்கு தாயாய் இருந்த
உன்னை இனி நான் தாயாக காத்திடுவேனே நீ
தந்த பாசத்தை இரட்டிப்பாய் கொடுத்திடுவேனே
ஒவ்வொரு நொடியும் உனக்கென
துடித்திடுவேனே.. உன் நோவை போக்கிட
முயன்றிடுவேனே...

-இயற்கையின் காரிகை

இரண்டாம் தாய்

பத்து மாதங்கள் சுமந்து
பெற்றெடுத்த என் தாய்க்கு சமம் என் அக்காள்!
சிறு வயது முதலே என்னை
இடுப்பில் தூக்கி வைத்து சுமந்த மற்றொரு தாய்!
அன்பின் மெய் வரிகளுக்கு
ஒரு முக வடிவம் தந்தவள்- பாசமிக்கவள்!
தொலைக்காட்சி ரிமோட்டிற்காக
பல பூசல்கள் செய்துள்ளோம்.!
அது எல்லாம் ஒரு மறக்க முடியாத நினைவுகள்!
பல சண்டைகளில் என்னை வென்றவள்!
தலையில் கொட்டும் தேனீ அவள்,
மிகவும் கோபக்காரி!
பெற்றோரிடம், ஆசிரியரிடம்
என்னை மாட்டிவிடுபவள்!
உன்னால் முடியும் என்று ஊக்கப்படுத்துபவள்!
நீ என் உடன்பிறப்பு இல்லை,
நீ என் தாய் என்று சொல்லத்தான் வேண்டும்!

-ந. நந்தகுமார்

உடன் பிறந்த அன்னை கவிதை

அக்கறையோடு இருப்பவள்
அன்னைக்குச் சமமானவள்
ஆகாயத்திற்கு இணையானவள்
ஆலமரத்தின் விழுதாக இருப்பவள்
இருப்பைக் காப்பவள்
இடுக்கையைக் களைப்பவள்
ஈடுஇணை அற்றவள் ஈரமான மலர்களைப்
போன்றவள் உன்னிப்பாக இருப்பவள்
உலகத்தையே காண்பிப்பவள்
ஊக்கத்தை அள்ளித் தருபவள்
எனக்காக வாழ்பவள்
எந்நாளும் அர்ப்பணிப்பவள்
ஏன்? என்று கேட்காதவள்
ஏளனத்தை தன் சிரிப்பால் வெல்பவள்
ஐயமற்று எதிர்ப்பவள் ஒற்றுமையைக் காப்பவள்
ஒருபோதும் வேற்றுமையைப் பாராட்டாதவள்
ஓயாது உழைப்பவள்

-செல்வமணி ஏ

மற்றோரு தாய்

பெறாமல் தத்ததெடுத்தவள்,
நான் அழுதால் துடிப்பவள்,
எனக்கான தேவைகளை விட்டுக்கொடுப்பவள்,
ஆயிரம் சண்டை போட்டாலும் என்னை
தேற்றுபவள்,
கண்டிப்பில் அவள் அன்னை ஆவாள்.

எத்தனை பேர் இருந்தாலும்
இரத்த பந்தம் மாறாது.
அம்மா தவம் என்றால்
அக்கா என்பவள் வரம்.

உன் அன்பு என்றும்
நிலையானவையே,
எனக்கு கிடைத்த பொக்கிஷம் அவள்,
ஒவொருவரும் அன்புக்கு
அடிமை தான்
அது போல நானும்
எனது அக்காவின் அன்புக்கு அடிமை.

உறவில் வரும் அன்பு
நிலையானவை,
அவை உயிர் உள்ள
வரை நிலைத்திருக்கும்.

-க.மணிமேகலை.

என்னவளுக்காய் ஓர் கவி

ஆனந்த யாழை மீட்டுகிறாள்! ஆம்!
அன்பெனும் ஆனந்த யாழை மீட்டுகிறாள்!
சகோதரி என்பதால் சகித்துக் கொள்கிறாள் போல
என் சேட்டைகள் அனைத்தையும்!
தலைக்கு மேல் வளர்ந்த என்னை இன்னும்
குழந்தை போல பார்த்துக் கொள்ளும் இன்னொரு
தாய் அவள் மட்டுமே!
அவள் அவளுக்காய் வாழ்ந்ததை விட எனக்காய்
வாழ்ந்ததே அதிகம்!
நிறம் மாறும் மேகமாய் செல்லக்கோபங்ககளில்
பாசத்தை ஒழித்து வைப்பாளே இவள்!
பாதி அன்னையும் இவள் தான்!
பாதி நண்பியும் இவள் தான்!
என்நேசம் எழுத்தில் எழுத தெரியவில்லை
எடுத்துச்சொல்லவும் தேவையில்லை!
என்நாளும் நிலைக்கும் இந்த அன்பு!
என் அக்காவின் அன்பு!

-கவிஞ.பிரியா ராஜன்

என் அக்காள்

மூத்தவள் பெண் என்றால்
இளையவளுக்கு இரண்டு அன்னை என்பர்.
என் அக்கா அதற்கும் மேலடி-நீ.
தொட்டில் குழந்தையாய் நான் அழுகையில்-நீ
ஓடோடி வந்து தூளி ஆட்டி விட்டு என்னை
தூங்கச் செய்வாய்.

இல்லை தூக்கி என்னை உன் தோழில் போட்டு
தாழாட்டுப் பாடி தூங்கச் செய்வாய்.
நான் தவழும் போது தரையில் கிடக்கும்
தாள்களை வாயில் போட்டால்
ஓடோடி வந்து என் வாயில் உன் வலக்கை
விரலால் கோதி அதை நீ வெளி எடுப்பாய்.

நான் வண்டி பிடித்து நடைப் பழகுகையில்
என்னுடனே நடந்து கூடவே வந்திடுவாய்.
ஆடி ஓடி நான் விளை யாடுகையில் என்னுடன்
வந்து ஓடி ஆடி விளையாடுவாய்.

என் இடக்கையால் பந்தை வீசுகையில் இடறி
போய் பின்னால் விழ அதை எடுக்க நீ முன்னும்
பின்னும் ஓடி ஓடி களைத்திடுவாய்.

எனக்கு நீ தலைவாரி, மையிட்டு, பூச்சூட்டி
மகிழ்ந்திடுவாய். பள்ளிக்கு நான் செல்லுகையில்
என்னை பத்திரமாய்- நீ அழைத்துச் செல்வாய்.

யாரோ எங்கோ அழுவதை உன் காதில் கேட்டால்
ஓடோடி வந்து என்னை நீ சோதித்திடுவாய்.
உன் பசி மறந்து கூட என் பசிக்கு
உணவூட்டுவாய்.

ஒன்றா, இரண்டா எத்தனையோ இருக்கு அக்கா
உன்னை பற்றி எடுத்துச் சொல்ல.
நான் மணமாகி மாப்பிள்ளை வீடு சென்ற பின்னும்
இன்னும் உனக்கு நான் பாப்பா தான்.

நீ எனக்கு அக்கா அல்ல, நீயும் எனக்கொரு
அன்னையே.

-கவிஞர் ஸ்ரீ காமதேனு

அவளின்றி ஏது அசைவு

யார் என்று அறியாமல்
சிறு புன்னகையில்
தொடங்கிய பந்தம்
இன்று எனக்குள்
எனக்காய் சொந்தம்
கொண்டாடி நிற்கிறது

சண்டைக்கோழி என்ற பெயர் உண்டு
அவளுக்கு மற்றவர்கள்
மத்தியில் ஆனால்
எனக்கென்றால் தாயாய் மாறி போவாள்
என் மொழிகளில் தன் துயர் துடைப்பாள்
ஊட்டிவிட்டதில்லை
ஆனால்
ஒருபோதும் என்னை
மறந்து ஒரு பிடியும் உண்டதில்லை
கருவறைகள் வேறு என்ற போதும்
நொடிப்பொழுதும் அதை உணர்ந்ததில்லை
நாங்கள் சில நேரங்களில் தோழி ஆகிறாள்
அவள் கள்ளத்தனங்களில்
உடன் கைகோர்த்து என்னை
முழுதும் அறிந்தவள்
அவள் அவளின்றி இங்கே
ஏது ரகசியம் இனி!

-மோ.திவ்யாராஜ்குமார்

❦என் உலகம் நீயே ❦

அக்கா என்கிற உறவு
இன்னொரு தாயின் அரவணைப்பு போன்றது
ஆயிரம் சண்டை வந்தாலும்
அக்கா என்ற ஒரு உறவை விட்டு விடாதே
அவள் உன் தாய்க்கு நிகரானவள்
எனக்கு கிடைத்த மிகப் பெரிய பொக்கிஷம் நீ
தான் என் அன்பு அக்கா..

நீ என் அருகில் இல்லையென்றாலும்
உன்னை நினைக்காத நாள் இல்லை
என் உலகமே நீதான்
என் உயிரே நீதான் தாய்க்கு அடுத்தபடியாக
தங்கையை குழந்தை போல பார்த்துக் கொள்ளும்
இன்னொரு தாய்
அக்கா மட்டும் தான்
அன்பின் உருவம் அக்கா தான்
எனக்கு பிறந்த உறவும் அக்கா தான்..!

என் அக்கா போல ஒரு தாயும் இல்லை..
அக்கா அன்பு என்றும் குறைந்ததில்லை பிரிந்து
சென்றாலும் என்னை அவள் மறந்ததில்லை..

உலகமே அலைந்து திரிந்தாலும் அக்காவைப்போல
யாரும் என்னை நேசித்ததில்லை..
உயிரை போல் என்னை நீயும் சுவாசித்தால்
உனக்கு நிகர் யாரும் இல்லை அக்கா..!

நான் நிலாவை இரசித்தேன்
அதில் நீ என்று தெரியாமல்
உன் குணம் நட்சத்திரம் போல் இருக்கின்றது.

தாயும் நீயே
அக்காவும் நீயே நீ
என் இரு கண்கள் அக்கா
ஆயிரம் சண்டை வந்தாலும்
என்னை விட்டு கொடுத்ததில்லை
யார் அவள் என்னுடன் பிறந்த இன்னொரு
தாய்தான் என் அக்கா !

-அ.அனிதா

அக்காவின் அன்பு

அன்புச் சோலையில் அழகாய் மலர்ந்திட்ட
அன்னையின் மறு உருவமே
வாசமிகு மலராய்
வாசம் செய்ய வந்த பாசமலரே
பன்னீர்புஸ்பமே

அன்பின் உருவமாய்

அழகின் சொரூபமாய்

இன்பச் சோலையாய்
வந்திட்ட அக்காவே

அன்னையாய்

தோழியாய்

அக்கா வாய்
அவனிதனில் உலாவரும் அன்பு உருவமே

எண்ணத்தில் ஒருமித்த எனது உயிரே
எங்கும் என்றும் மனதில் கலந்தவளே
சண்டையிட்டாலும் சமரசம் ஆகியவளே
நீ எனக்கு சரி பாதி என்றவளே
பண்பையும் பாசத்தையும்
புரியவைத்து பாரெல்லாம் புகழ் பெற
பாங்குடன் வழிநடத்தியவளே
நன்னெறியை செந்நெறியாக்கி
நடந்திட செய்தவளே
தோள் தொட்டு பழகி வரும்
தோழமைக் கொண்டவளே

சங்கங்கள் ஒன்றாக சங்கமிப்பதைப்போன்று
சரியான பாதையை வழி காட்டியளே
மாணிக்கப் பவளமாய்
பமின்னிட்ட மங்காத குலப்பெருமை
காத்திட வந்த மரகதப் பெண்ணே நீ வாழ்க!

-முனைவர். வ.தமிழரசி

அன்பிற்கினியாழ்

பார்வையில் பாசம் பொழிந்திடுவாள்

==நெஞ்சிலே நேசம் தைத்திடுவாள் சண்டைகள் போட்டு போனாலும்

==உறவை மீண்டும் மீட்டிடுவாள் தீராத சேட்டைகளாலே நெஞ்சில்

==நிறைந் திடுவாள் துன்பம் எனை தீண்டும் போது
==துடைத்து எரிந்திட வந்திடுவாள் நட்பின் கதவை திறந்தாள்

==முதலில் அவளே நின்றிடுவாள் நங்கூரம் போட்ட கப்பல்

==போல மனதில் தங்கிடுவாள் பந்தம் கயிற்றில் என்னையும்

==அவளையும் கோர்த்தே வைத்திடுவாள் நட்பு சண்டை இரண்டுக்கும்

==இடையே கூட்டிச் சென்றிடுவாள் அவளைப போலே அவள்தான்

==என்ற எண்ணம் தந்திடுவாள் ஜென்மம் முழுக்க இவள்

==சொந்தத்திற்கு ஏங்க வைத்திடுவாள் இவள் போல அன்பின்

==தொல்லை யாரும் தருவதில்லை தொல்லை நூறு தந்தாலும்

==அவள்தான் அன்பின் முல்லை எந்தன் ரகசியம் காக்கும்

==சாவி அவள்தா னென்பேன் அவளின் பாசம் முன்னாள்

==மலையும் சிறிது என்பேன்

-ராகுல் பிரசாத் சு

அக்கம்மா

நான் பால்மணம் மாறா சேய்!
நீ சேய்குணம் மாறா தாய்!
விதியின் விளையாட்டால் தாயை இழந்தோம்!
வீரியம் மிக்க விட தந்தையை இழந்தோம்!
எட்டி நின்ற சொந்தங்கள் எட்டாம் நாளே
நடைக்கட்டியது!
எட்டாய் கனியாய் வாழ்க்கையானது!
எங்கும் ஏக்கம்! சோகம்!
இது எதுவுமே அறியாத நான் புன்னகைக்க
மறக்கவில்லை!
நீயும் பாசத்தால் பசியாற்ற த வறவில்லை!
இதுவரை பால்வண்ணமாய் இருந்த உன்
உள்ளங்கைகள் இரத்தமானது!
அக்காயப்பட்ட கரங்களிலும் என் மெய் தொட
சித்தமானது!
எண்ணற்ற நாட்கள் பசியும், பட்டினியுமாய்
என்னைத் தேற்றினாய்!
என் பசி ஆற்றினாய்!
வளர்ந்து நிற்கிறேன் அக்காவால்!

இல்லை அம்மாவால்!

என் அக்கம்மாவால்......

-தூரிகா (மீ.அனு)

என் தாயே!

என் முதல் தோழி நீ,
என்னை நேசிக்கும் என் சுவாசம் நீ,
காரணமில்லாத போர்களில் என்னுடன் மோதும்
எதிரி நீ,
பாதை காட்டும் வழிகாட்டி நீ,
பிறப்பால் இணைந்து மரணம் கூட பிரிக்காத
உறவு நீ,
வேண்டாமல் கிடைத்த அரிய வரம் நீ.

துன்பத்தில் தாங்க தாயாவாய்,
புன்னகை பகிர தோழனாவாய்,
தோழில் சுமந்து தந்தையாவாய்,
அறிவை பகிர்ந்து ஆசானாவாய்,
காலம் முழுதும் உடனிருப்பாய்,
காயம் யாவையும் பகிர்ந்து கொள்வாய்,
உயிரிலும் உணர்விலும் கலந்து இன்பத்தை
துன்பத்தை பகிர்ந்து இறுதி வரை உடனிருக்கும்
உறவு நீயே !

கருவில் சுமப்பவள் மட்டும் தாயல்ல,
தன் குழந்தையாய் என்னை மனதில் தாங்கும் என்
அக்காவும் தாய்தான்!

-தா.டீனா ஷார்மி

"அக்காளும் அன்னையே"

உழலுகின்ற உலகத்தில்
உருவென்று உருவாக்கி
உணர்ச்சியெனும் உறவுதனை
உன்னதமாய் உள்ளடக்கி
மனம் எனும் அகம் தன்னில்
அன்பெனும் பண்பளித்து
மானுட ஜென்மமாய்
மலரவைத்த என் இறையே!

நொடிப்பொழுதும் உமையென்றும்
மறவாமல் நினைக்கின்ற உறவாக
அன்னையும் தந்தையும் என்கின்ற
உறவுமுறை படைத்தாயோ!

படைத்த இந்த உறவுவழி
உறவுண்டு உறவாடி சந்ததிகள்
உருவாக்கி குடும்பமெனும்
கோயில் தனில் பல
தெய்வ வழிபாடாய் பல
உறவதை படைத்தாயோ!

சுழலுகின்ற புவிதன்னில் நிலையென்று
ஒன்றில்லை எனும் தத்துவத்தின் நிரூபனமாய்
உருகொடுத்து உயிர்தந்த உறவான ஈன்றெடுத்த
அன்பெனும் அன்னையவள்
மறைந்தாலும் அன்னைக்கு நிகர் என
அன்னையை மறவாத அன்பை பொழிந்திடும்
தொப்புள் கொடிவழி உருவான சகோதரி
உறவாக மூத்தவளாய் அக்காள் எனும்

உறவுதனை கொடுத்தாயே!
நீ கொடுத்த உறவின் வழி......

அன்பெனும் மனம் கொண்டு
அன்னம் அள்ளி இடுகையிலே
அன்னையை காண்கிறேன்!
புரியாத வயதினிலே
அறியாது அழுகையிலே
இரு கையில் எனையணைத்து
இன்சொற்கள் தனை பொழிந்து
விழித்திரை மூடியே நித்திரை கண்டிடவே
தாலாட்டி பாட்டிசைத்த வேளையிலே
அன்னையை காண்கிறேன்!
அறியாத பருவத்தில்
அறிவெனும் சுடர்கொண்டு
புரியாத அர்த்தங்கள் அளிக்கையிலே
அன்னையை காண்கிறேன்!

எத்துணையோ விளையாட்டாய்
விணை பல புரிந்தாலும்
விணையென என்னாமல்
துணையாக இருக்கையிலே
அன்னையை காண்கிறேன்!

அன்னைக்கு குழந்தைபோல்
நான் அக்காளுக்கு முதல் குழந்தையானேன்
அக்காளின் அள்ளித்தரும் அன்பினால்!

உடலில் ஓர் இறுக்கம்
சிந்தனையில் ஓர் நெருடல்
உள்ளத்தில் உஷ்ணம்
உடலில் பரவிய அனல்
நிறை காணா நித்திரை
மலர்ந்தது விழித்திரை
கண்டது கனவென்று
கதறியது மனத்திரை
அக்காள் இல்லாத குறை
கனவினில் கண்ட அக்காள்
நிஜவாழ்கையில் இல்லாது போனாலும்
அன்பை பொழியும்
பாசத்தை பகிர்ந்திடும்
இன்முகம் காட்டிடும்
அக்காளுடன் வாழ்ந்த
வாழ்க்கை கனவே ஆனாலும்
அது எனக்கு நிஜமே.

இறையே! இப் பிறவி கடந்துவிட்டேன்
இனி மறு பிறவி உண்டென்றால்
கனவதை நிஜமாக்கி பிறப்பளிப்பாய்
அக்காளின் சகோதரனாய்!

-பு நா கிருட்டிணன்

அன்பின் ஒளி

அகமெங்கும் அன்பை நிரப்பி
அருகிருந்து அரவணைக்கும்
தமக்கையின் அன்பு தரணியிலே
தனித்துவமானது.

தவறு செய்யும் வேளைகளில்
செல்லமாய் தலையில் குட்டி
பொய் கோபம் காட்டி
திருத்துவதில் தமக்கை
ஓர் ஆசிரியை.

வான் பொழியும் மழையென
தன்னலமின்றி அன்பைக் கொட்டி
அருகிருந்து ஆதரிப்பதில்
தமக்கை இன்னுமொரு அன்னை.

சின்னச்சின்ன சேட்டைகளை
வண்ண வண்ண நினைவுகளை
வாழ்வெல்லாம் பரிசளிப்பதில்
தமக்கை ஓர் தன்னிகரில்லா ரசிகை.

எதிர்த்து நிற்கும் மனிதர்களிடம் நமக்காக
பரிந்து பேசி நாளெல்லாம்
துணை நிற்கும் தமக்கை அன்பின் ஒளி.

எல்லையில்லா அன்பின் அருமையுணர
அருந்தவம் செய்தவர்கள் தமக்கையோடு
பிறந்தவர்கள் - அவர்களே வாழ்வை வரமெனப்
பெற்றவர்கள்!

-ச. கோபிநாத்

அன்புள்ள அக்கா

இன்னொரு தாய் அக்கா
அன்பின் சிகரம் தமக்கை
பொறுமையின் உருவம்
பலநாள் எண்ணெயிட்டு
வகிடெடுத்து வாரியவள்
பாடம் சொல்லி தரும் ஆசிரியர்
பள்ளி அழைத்து செல்லும் நண்பன்
அறிவுரை கூறிய வழிகாட்டி
பக்தி கதைகள் சொன்ன ஞானகுரு
உணவளித்த அன்னபூரணி
வேலை செய்ய சலிக்காத இயந்திரம்
ஞாபகசக்தி உச்சம் உள்ள கணினி
என் பிறந்தநாள் திருமணநாள்
முதல் வாழ்த்து அவரது

அவள் குழந்தைகளுக்கு
தாய் மாமன் உறவு சொல்லி பூரித்தாள்
தினமும் தொலைபேசி பேசுவாள்
மாதமொரு முறை நேரில் வருவாள்
அவளில் தரும் உணவுகள் பெருமை
பலகாரங்கள் அருமை இ
றைவனுக்கு என்ன கோபம்
அன்பு பானையை உடைத்தார்
என்னிடம் இருந்து பிரித்தார்
மண்ணை விட்டு மறைந்தாலும்
சொர்க்கம் சேர்ந்தாலும்
என் நினைவில் அவள்தான்
என் கனவில் அவள்தான்!

-எஸ் வீ ராகவன்

அன்புள்ள அக்கா..

திருமண நிகழ்வுகளில் முதலில் வருவாய்
சிறப்பான உடையணிந்து சிறக்க செய்வாய்
கேட்காமல் உதவிகள் செய்வாய்
நிகழ்ச்சி இறுதியில் நினைவுகளை பகிர்வாய்
எளிய பரிசை உற்சாகமாய் பெறுவாய்
அன்பால் அனைவரும் ஈர்ப்பாய்
வெல்ல பாகாய் உருகி விடுவாய்
கவலைகளை சிரிப்பால் தீர்ப்பாய்
பல இடங்களுக்கு உன்னோடு
பயணம் செய்ததில் மகிழ்ச்சி
அதேபோல் குலதெய்வ கோயில் வந்தேன்
மறக்க முடியாத தருணம் அது
உன் இறுதி பயணம் என தெரியாமல்..

வாழ்க்கையில் சிலவற்றை சேர்க்க
இனிமை சிலவற்றை நீக்க
கொடுமை என்னோடு தான் கடைசியாக பேசினாய்
தெரியாத நோயால் கண்மூடினாய்
உயிரோட்டம் நிரம்பிய தேவதை
இன்று புகைப்படங்களில் ஆசி கூறுகிறாள்
கண்ணீருடன் தம்பி..

-எஸ் வீ ராகவன்

தங்கமான தமக்கையே

அறிவை நாளும் அன்போடு விதைத்தவள்
ஆச்சர்யத்தில் என்றும் விழிவிரிய வைத்தவள்
இன்பம் மொத்தத்தையும் நினைவாலே
கொண்டவள்
ஈடில்லா பரிசாக எனக்கு வந்து கிடைத்தவள்
கூடிக் குலாவும் வேளையிலும்
கோடி குறும்புகள் செய்வதிலும்
கருத்தாய் காட்டிக் கொடுப்பதிலும்
கட்டிக் கரும்பாய் இணைப்பதிலும்
ஓடி ஆடி விளையாடயிலே
பாடி ஆடி களிக்கையிலே
பாங்காய் பாசம் காட்டயிலே
பாதி அன்னையாய் தெரிபவளே
தோழி போல் நித்தம் உரையாடலிலே
கிசுகிசுக்கும் காதல் சேதியிலே
மனம் மயக்கும் நல்ல ஊடலிலே
சேர்ந்தே நீயும் களிக்கையிலே
திருமணம் என்றே எனை பிரிந்தாய்
திக்கென்று மனதை பதைக்க வைத்தாய்
நீ இல்லாத இல்லம் வெறுமையடி
இருப்பினும் உன் மகிழ்வு பெருமையடி
நாளும் பொழுதும் கூடயிலே
நாமும் இனிதே சந்திப்போம்
நானும் அதற்காய் ஏங்கித் தான்
நித்தம் நித்தம் காத்திருப்பேன்
ஆனந்த யாழை மீட்டுகிறாயே ஆசையாய்
நெஞ்சில் நிறைகிறாயே!

ஆயுசுக்கும் உன்
அன்பு மட்டும் தராசில் ஏறாது
என் தங்கமான தமக்கையே!!

-கவிச்சுடர் கு.திலகவதி

தாயவள் நீ

ஆயிரம் சண்டை நாம் இடுவோம்
அன்பை மட்டும் பகிர்ந்திடுவோம்
அம்மா வந்தால் ஓடி விடுவோம்
அப்பா வந்தால் மறைந்திடுவோம்
உறவுகள் வந்தால் சேர்ந்திடுவோம்
தனியே விட்டு சென்றால் வீடையே தரைமட்டம்
ஆக்குடுவோம்
அத்தனை சேட்டையும் நாம் செய்வோம்
ஆனந்தமாய் வாழ்ந்திடுவோம்
அம்மா என்ற வார்த்தை குள்ளே
என் அக்கா அவளை ஒழித்து வைத்துள்ளேன்
நானே!!!

-ஜெயப்பிரியா.லெ

அற்புதம் நீ!

வானின் நீலம் அளந்திட
பறந்நிடும் பருந்து கூட
ஏங்கி நின்றிடுமே!
எண்ணிலடங்கா நட்சத்திர பட்டாளமும்
கைகட்டி நின்றிடுமே!

சந்திரனும் இந்திரனும்
தவம் கிடந்திடுமே!
இராமனுக்கும் கிட்டிடாத வரமே!
சிறு பொழுதில் நண்ணீர்
இருப்பினும் வாடிடும் தாமரை!
உறவுமில்லை
உயிருமில்லை
உறத்கமுமில்லை
இவள் இல்லையேல்!

மங்காத கண்ணி
மாயம் செய்கிறாள்
அனுதினமும் என் அணுவில் உறைந்தவள்!
ஓர்நாளில் தூரம் போயிடுவாள்
உணர்ந்தும் மீள வழியின்றி
பிஞ்சு முதல் கிழவி வரை
அன்பு மட்டுமே அதிகரிக்க!

கண்ணீரில் சில நாள்
புன்னகையில் சில நாள்
நினைவோடு காலம் முழுதும்
வாழ்ந்திடவோமே!

பிறிவின்றி வாழ்வு இல்லை
நீயின்றி எந்நாளும் இல்லையடி அக்காளே!
தாயாக....
தந்தையாக....
உயிர் அணுவாக....
நீயடி எனக்கு என்றுமே!

-மயூரம்

என் சகியே..!

யாரோ ஒருத்தியாக அறிமுகமானாய்
எல்லோரும் வியக்கும்படி என் உறவுமானாய் !
ஆயிரம் வலிகள் இருந்தாலும்
ஆறுதல் கூற நீ போதும் !
நான் மனதில் அழுத வலிகளும்
உன் மடியிலே அழுதால் மறைந்துவிடுகிறது !
நாள்தோறும் சண்டை போட்டாலும்
நினைவுகளாகிச் சரிகிறாய் என் மனதினுள் !
தொப்புள்கொடி உறவில்லையெனினும்
தோள் கொடுத்துத் தாங்குகிறாய்
தனிமை என்னை தீண்டாமல் !
உன் அனுபவத்தால் ஆளாக்குகிறாய் என்னை !
தினம் தினம் தீபாவளியே
மத்தாப்புபோல் சண்டைகளால்
நாம் வெடிப்பதால் !
குறைகளைப் போக்கவே
நிறையாக என்னுள் வந்தவளே !
திகட்டாத இனிபங்களைத் தந்தே
தித்திக்காமல் என்னுள் இனித்தவளே !
வாழ்வின் கசப்புகளை
வந்தவழி தெரியாது அனுப்பியவளே !
உன் பசியிலும்
என் பசிக்கு ஊட்டியவளே !
மருதாணிச் சிவப்பாய் மடிகிறோம்
நாம் மாறாத அன்பால் !
நிழலாகத் தொடரும் - என் நிஜமடி நீ !

என் சகியே !
மல்லுக்கட்டிச் சண்டையிட்டாலும்
மார்தட்டியே கூறினாய்
என்னை பிறர் திட்டிய தருணங்களில்
"என் தங்கையென " பாசம் பொழிந்தாய் !
ஆண்டுநூறு கடந்தாலும்
அலைபேசி மறைந்தாலும்
அன்றாடச் சண்டைகள் குறைந்தாலும்
அக்கறையான சொந்தமாக
அக்காயென்ற பந்தமாக
இதயத்தைக் கொள்ளை கொள்ளும் இனியவளே !

நம் பிரியாத உறவு
பிரியாமல் வேண்டுமடி எனக்கு !

-கு.ஜனனி

விலைமதிப்பில்லா விடியலே !

அழகான பொக்கிஷம் நீ !
ஆழமான அன்பு நீ !
இதயம்தொட்ட உணர்வு நீ !
ஈடில்லாத தோழி நீ !
உறவாக வந்த உன்னதம் நீ !
ஊமையாகிறேன் உன் அன்பில் திளைத்தே !
என்னவளே ! எனக்கானவளே !
ஏமாற்றமில்லாத பாசம் பொழிபவளே !
ஐயமில்லா என் அதிசயமே !
ஒருபோதும் மாறாத பற்றுடையவளே !
ஓர் மாத நட்பிலேயே என்னைப் அறிந்தவளே !
ஔடதமாகி என் வலிகளைப் போக்கியவளே !
விழியாலே பேசுகிறாய்
விழிகளுக்குப் புரியாத மொழிகளின் மொழியான
மௌனமென்னும் மொழியாலே !
ஒளிவீசும் ஆயுதமே !
ஒன்றே போதும் ! உன் அன்பு ஒன்றே போதும் !
ஆயுள் முழுவதும் ! தாங்கிப்பிடிக்கும்
சகோதரியாக தோள்கொடுக்கும் தோழியாக !
யாரோ ஒருத்தியாக வந்து
எனக்குள் ஒருத்தியான
உன் அன்பு வேண்டும்
என்றும் விலகாமல் !

இதயத்தின் இதயமாக இணைகிறோம்
இனம்புரியாத அன்பால் சகோதரிகளாக !
இறைவன் தந்த இன்னொரு தோழியே !
இதயத்தின் தோழியே !
இறுதிவரை இடைவிடாமல்
கைபிடிக்க வேண்டும் இருவரும் !
மாறாத அன்புடன் !
விலைமதிப்பில்லா விடியலே ! விரைந்து வா !
விரல் பிடித்து விளையாடும் என் அன்புள்ள
அக்காவாக !

-கு.ஜனனி

அன்புத் தங்கையாக நான் !

அன்பு செய்து என்னை அரவணைக்கவே !
ஆறுதலாக ஒரு மடி சாயவே !
இன்பங்களில் என்னோடு பங்கெடுக்கவே !
கவலைகளில் தோள் தரவே !
துவண்டுவிழும் போதெல்லாம் தூக்கிவிடும்
நம்பிக்கையாகவே !
கலங்காதே என்று கூறவே !
மௌனமாக என்னுடன் பேசவே !
மனதுக்குள்ளே தங்கையென மகிழ்ச்சி கொள்ளவே!
விழும் தருணங்களில் கைகொடுத்து எழுப்பவே !
துணிந்து செய்யென தட்டிக்கொடுக்கவே !
உணவுகளை ஊட்டிவிடவே !
துணையாக நிற்கவே !
கண்ணீர் துடைக்கும் கையாகவே !
என் அதட்டல்களின் ராணியாகவே !
இதயம் தொட்ட உணர்வாகவே !
கைபிடித்து உடன்வரவே !
உன் அக்கா நான்யென்று
என்னிடம் கூறும் ஓர் உறவாகவே
நீ வேண்டுமென்ற ஏக்கத்துடன்
கவிதை எழுதும் அன்புத் தங்கையாக நான் !

- கு.ஜனனி

முதல் குழந்தை

தாயின் கருவறையில்
தனி தனி அறையானாலும்
தவிப்புகள் ஏற்படும் சமயம்
தனிமைக்கு ஆறுதல் இவள்
மழலை முதல் குமரி வரை
இவளை மடியினில் தாலாட்டியவள்
ஆயிரம் சண்டைகள் தினம் தினம்
ஆயினும் ஒரு முறை கூட
அடுத்தவர் முன் என்னை
விட்டு கொடுக்காதவள் இவள்
புரிந்து கொள்ளாமல் அவளை பல முறை
மொழிகளால் வதைத்துள்ளேன்
ஆயினும் ஒரு முறையேனும்
பிரிந்து செல்ல அவள் எண்ணியதில்லை
பிடிவாதக்காரி அவள்
ஆயினும் அவை யாவும் மறந்து
போவாள் என்னிடம்
பிரிவென்ற சொல்லை முதல் முறை
நான் கண்டு கொண்டது
அவள் திருமணத்தில் தான்
பிறரொருவற்கு மனைவி
ஆன போதிலும் அவள்
எனக்கு தாயே
ஒரு குழந்தையை அவள் பெற்றெடுத்த
போதிலும் அவள்
முதல் குழந்தை நானே...

-Mydeen anis fathima

ஆனந்த யாழை மீட்டுகிறாள்...

கலையாத கனவுகளுக்கு மத்தியில் ....
கரைந்த கனவுகளின் கலப்படம் போன்றவள்!
கடிந்துசென்ற காலத்தின் காயங்களை....
கதறி அழுது துடைப்பவள்!
அலாதியான அன்பிற்கு உதாரணம்...
என் அக்காதான் என்பேன்!
தோல்வியைக் கண்டு துவண்டு விடுகிறாய்...
பலமுறை நீ தோற்று....
என்னை ஜெயிக்க வைத்திருக்கிறாய்!
பிடித்தவர்களுக்காக பிடிவாதமாய் பலவற்றை
செய்பவள்!
பழகிய உறவுக்கு பாசமாய் இருப்பவள்!
நீ விழும்போதெல்லாம் விழித்துக் கொண்டே
இருப்பேன்...
உன்னை மறுபடியும் மேலேற்றி விட!
அன்பு என்றும் அனாதையாவதில்லை
உன் அரவணைப்பு என்னை அசைய
விடுவதில்லை!
பொறாமைப்படும் பலருக்கு மத்தியில்...
உன் தம்பி நானென்று தலையாட்டிக் கொள்வேன்!
உன்னை ஏமாற்றும் போதெல்லாம் பயம்
கொள்வேன்...
நீ புரிந்து கொள்வாயா என்று !
கடவுள் வரம் கொடுத்தால்...
கண்ணிமைக்கும் நேரத்தில் சொல்வேன்,
நீ பிற ஜென்மத்திலும்
என் அக்காவாக அல்ல...
அண்ணயாக வர வேண்டுமென்று!

-மனோ அரவிந் தியாகராஜன்

அம்மாவின் மறு உருவம்.

*அக்கா என்ற அந்த வார்த்தை சொல்லும் போதே மனம் சந்தோசப்படுகிறதே.
குழந்தை பருவத்தில், எனது தளிர் கரத்தை இறுக பற்றிக்கொண்டு பல இடங்களுக்கு அழைத்துச் சென்று நம்முடைய முகத்தில் அரும்பும் அந்த சிரிப்பை ரசிப்பதில் அம்மாவிற்கு அடுத்தபடியாக வருவது அக்காதான். அம்மாவை போலவே ஜடை பின்னி, பூ வைத்து, பொட்டிட்டு, நம்மை இடுப்பில் அமர வைத்து நகர் வலம் வந்த அந்த அக்காவின் அன்பு வற்றாத ஜீவ நதிகளுக்கு ஈடானது.

அக்கா, அம்மாவைப் போன்றே, தனக்கென மட்டும் வாழாமல், நம் சுகதுக்கங்களையும் கருத்தில் கொண்டு முடிந்தவரையில் அவற்றை நிறைவேற்றி இப்போது மகிழ்ச்சியா! என்று கேட்கும் அந்த அக்கா என்ற அந்த உறவு கடவுள் நமக்கு தந்த பரிசு.

திருமணமாகி அக்கா என்ற அந்த உறவு, கணவர் வீடு சென்றபோதிலும், நம்மீது உள்ள அன்பு சிறிதளவும் குறையாமல் நம் தேவைகளை கணவரின் அனுமதியோடு நமக்கு செய்து கொடுக்கும் அக்கா, பெருமையோடு கொண்டாடப்பட வேண்டிய பொக்கிஷம்தான் அக்கா.

எவ்வளவுதான் உன்னோடு நான் வாய் சண்டை போட்டாலும், கோபத்தில் இனி உன்னோடு நான் பேச மாட்டேன் என்று சொன்னாலும், என்னை வேண்டாம் என்று ஒரு போதும் நீ நினைத்ததில்லையே அக்கா.

ஆயிரம் உறவுகள் சுற்றி இருந்தாலும் அக்கா என்ற அந்த உறவிற்கு ஈடு இல்லையே. அக்காவின் அன்பு அடுத்த ஜென்மம் என்று இருந்தால் அதிலேயும் அக்காவின் அன்பு, எனக்கு கிடைக்க அந்தக் கடவுளிடம் நான் யாசிப்பேன். இப்பொழுதும் அக்காவின் அன்பு மழையில் நணைந்து கொண்டிருக்கும், தங்கை.*

-மீனாகணபதி

தமையாள்

தாயாக வந்தாள் !
தந்தையாக நின்றாள் !
தமயனாக தாங்குவாள் !
தம்பியாக தண்டிப்பாள் !
தங்கையாக கெஞ்சுவாள் !
தாத்தாவாக கொஞ்சுவாள் !
அஞ்சாமல் அனைவரையும் மிஞ்சுவாள் !
ஆசானாக அதட்டுவாள் !
அன்பால் ஆதரிப்பாள் !
என் ஏக்கங்களை போக்குவாள் !
கவலைகளை நீக்குவாள் !
நினைவுகளை தேக்குவாள் !
என் தவறுகளை மாற்றுவாள் !
என்னை உயர உயர ஏற்றுவாள் !
நற்பாதையை காட்டுவாள் !
எங்கும் வெற்றிக்கொடி நாட்டுவாள் !
நன்றியோடு நடப்பாள் !
இகழ்வோரை நகைப்பாள் !
அழகாக சிரிப்பாள் !
ஆழமாக சிந்திப்பாள் !
அர்த்தத்துடன் நிந்திப்பாள் !
அக்கறையுடன் கண்டிப்பாள் !
வீட்டின் மூத்தவளாய் முளைத்தவள் !
எங்கள் முதுகெலும்பாய் திளைப்பவள் !
அவமானங்களை ஏற்றவள் !
அனைத்தையும் அனுபவத்தால் கற்றவள் !
அவளுக்கு நிகர் யாருமில்லை !

அவளில்லையேல் நாங்கள் யாருமில்லை !
அம்மாவின் உயிராய் , அப்பாவின் உணர்வாய் ,
என்னின் அன்னையாய்
வாழ்வில் அவதரித்தவள்
என்னருமை அக்கா !

-யாழினி வேல்முருகன்

அக்காளின் அன்பு

தாயின் மறுஉருவென்று மிக எளிதாய்
முடித்து விட முடியும். உடன்பிறப்புச்
சேய்களையெல்லாம் தாங்கிச் செல்லும்
அந்த ஆலம் விழுதை அறிவோமா

குடும்பக் கட்டுப்பாடில்லாத காலத்தில்
தாய்ப்பால் ஊட்டிய அக்காக்களுண்டு
அடுத்த தாயாய் உடன் பிறந்தோர்க்கு
அன்பள்ளித் தரும் அக்காக்களுண்டு

எக்காலமும் மறக்க இயலாத,
தவிர்க்க இயலா அன்பொன்று இருக்குமாயின்
அக்காளின் அன்பன்றி வேறொன்றைக்
கண்களால் காண்பதும் நிகழுமோ

தம்பியோ தங்கையோ கண்டவுடன்
அவள் பொம்மையின் உறவைத் துறக்கிறாள்
நம்பிடத்தான் வேண்டும் எல்லா அன்பின்
மறுஉறுவாய் அக்காளும் இருக்கிறாள்
மணவாழ்வு கண்டாலும்
அவள் மாறுவது இல்லை.

முதற் பிள்ளையாய் அன்பு மணம்வீச
தம்பிதங்கையை தத்தெடுத்து வாழ்கிறாள்
அதை மறுப்பதற்கில்லை
பாசமலரென்றால் அண்ணன் தங்கை மட்டுமல்ல
அதையும் மிஞ்சிடும் நேச உறவொன்று
உண்டென்றால் அது அக்காளின் அன்பன்றி
வேறில்லை.

-ஹிதாயத்.

அக்காள்

அக்காள் அவள் அக்காளில்லை
அன்னையின் மறுஉருவம்
அழும் போது சோறூட்டினாள்
தாரளமாக தாலாட்டினால்
தரமான கதை சொன்னால்
விளையாட்டில் தோற்று வென்றால்
கல்தோடு வாங்க சேர்த்த சில்லரை
காராய் மாறும் போதும்
கலகலப்பாய் சிரிப்பாள்
எங்கள் தேவதை

சின்னசின்ன சண்டைகளையும்
சீக்கிரமே மறந்து விடுவாள்
எங்கள் இளவரசி

சிறகில்லா பறவை அவள்
சின்னவனின் தேவையை
சிட்டாய் பறந்து செய்வாள்
வளர்ந்த பிறகும் அடியேனின் லீலைக்காக
அவளே அடிவாங்குவாள்
எங்கேயும் எப்போதும் என்னை
விட்டு கொடுக்க மாட்டாள்
திறமைகளை தட்டி கொடுத்து
தங்கத்தை புடமெடுத்த தங்கமவள்
திருமணத்திற்கு பிறகும்
திறம்பட உடன்பிறப்பை கையாண்டாள்

விடுமுறையில் வீட்டிற்கு சென்றால்
விதவிதமான பலகாரங்கள்
என்னை வரவேற்கும்
விட்டு செல்லும் போது
விடாமல் அழுவாள்
ஒருபாதியில் அவள் நிழலில் வாழ்ந்தேன்
மறுபாதியில் அவள் நகலோடு வாழ்ந்தேன்
அவள் ஆயுள்வரை அருகிலே வைத்து
அன்பு செய்தவள்

-இரம்யாதிருமுருகன்

அவளும் அன்னையே.

என்னை "கரு" சுமக்க அன்னையவள்!!!!
கட்டி அணைத்தபடி என்னை காக்கும் கடவுள்
அவள்!!!
கால் திருகி என் தவறுகளை சரி செய்யும் ஆசான்
அவள்!!!
யாவையும் எனக்காக விட்டுக்கொடுக்கும் துறவி
அவள்!!!
உடன் பிறந்தேன் அவளோடு!!!
ஊடு வளர்ந்தேன் அவள் அன்போடு!!!
வீர மங்கையாக நான் திகழ ஊக்கம் கொடுப்பாள்!!!
என் முக பாவனைகளில் முழு அர்த்தம்
அறிந்தவள்!!!!
எத்துணை இன்றி நான் வாழ துணை புரிபள்!!!
துடிக்கும் இதயம் எனக்கென வாழும்
தங்கத்தாரகை அவள்!!!

-யாமினி

தாயின் நிழல் அன்பின் நிஜம்

என் சகோதரி தாயை போன்ற பாசம்!
இனம் புரியா நேசம்!!
இரத்த பந்தத்தின் இணைப்பு!
பிரிக்க முடியாத பிணைப்பு!!

துன்ப வேளையில் தோழ் கொடுக்க ...
வலி வேதனைகளில் என்னை மீட்டெடுக்க...
இறைவன் கொடுத்த வரம்...

என் சகோதரியின் கரம்!
தாயின் நிழல் அவள்!
உண்மையன்பின் நிஜம் அவள்!!

அவளை எனக்கு கொடுத்து...
என் கவலைகளில் இருந்து என்னை பிரித்து...
என்னை என்றும் மகிழ செய்த இறைவனுக்கு...
நன்றி சொல்ல வார்த்தைகள் இல்லை!

-வி.அபிஷா

மாலை தென்றல்

அவள் நீட்டும்
அன்பெனும் குடை
அடைமழை பெய்யினும்
அசையாது..

மழையில் குடையென
வெயிலில் நிழலென
உருவம் ஜனனித்து
காப்பரண் காட்டும்
உன் கரங்களை
ஆண்டவன் படைத்தான்
வரமென பொழிந்தான்

என் சிறுபிள்ளை
தனத்தால் சினம்
கொண்டாலும் சிரிப்பால்
உறையிட்டு
மறைக்கும் நாடகக்காரி ..
அக்கா எனும் மூன்று
எழுத்திற்கு
அம்மா எனும் பொருள்
கொண்டாள் அவள் பெரும் குணத்தால்..

-ந.பவித்ரா

சண்டைக்காரி

கருவறையில் சுமந்தது இல்லையடி!
தாலாட்டு பாடியதும் இல்லையடி!
தாய்க்கு நிகர் ஆனாய்!
பிறப்பில் முன்னும் பின்னும் ஆனோமடி!
உன் மகளாக பாவித்தாய் என்னை!
காய்ச்சலில் அனைத்தாய் கல்வி காலத்தில்
ஆசிரியர் ஆனாயடி!
பாடங்களில் கற்க வில்லை வாழ்க்கை பாடம்
உன்னால் காற்றேனடி!
சரி தவறுகளை காட்டி வழி நடத்தியவள்!
அன்பை மறைத்து காட்டியவள்!
தலையனைக்கும் அம்மாவின் புடவைக்கும்
சண்டைபோடும் சண்டை காரி!
இன்று தலையனையும் உள்ளது!
அம்மாவின் புடவையும் உள்ளது!
சண்டையிட நீ என்னுடன் இல்லையடி!
சண்டைக்கோழி நியடி!
என்னை ஒத்தைல விட்டவள்!
மணக்கோளத்தில் வீட்டை விட்டு சென்றவல்!
என்றோ வந்து என்னை கொஞ்சு செல்கிறாய்
என் சண்டைக்காரி!

-இரா. கலைவாணி

உயிரில் வாசிக்கிறாள்

சொப்பணத்தில் சிக்கிக்கொண்டேன் ,
இதமான தண்டனை !
நினைவில் நின்ற நங்கை,
நிஜமாக இயக்குகிறாள் !!
நிலையில்லா நித்திரையில் நிரந்திர மாயம்
செய்கிறாள் !!!
உரம் விட்டு உழுது சென்றாள் ,
அவள் நினைவை விதையாக்கி கடந்து சென்றாள்
!!!! கைகோர்த்து கால்கள் செல்ல,
கனவிதுதான் கண்கள் சொல்ல ,
உயிரை உடைத்து மீட்டுகிறாள் இனிதொருபாடல்
!!!!
இசை கேட்டு இளைப்பாற ,
இரகசியமாய் இராகம் தந்து ,
பயிராக வளர்ந்து நின்றாள் !!!!!!

-Raatchasi

✍அக்காளின் அன்பு

✍ தாயின் மறுஉருவம் ஆனவல் என் அக்கா
✍ பாசத்தை காட்டும் போது தந்தையாகவும்
✍ அன்பைப் காட்டும் போது தாயாகவும் ✍ படிக்கும் போது என் குருவாகவும்
✍ சண்டைபோடும் போது வில்லியாகவும்
✍ வேண்டுமென்று என்னிடம் சண்டை போடும் குறும்புகாரியும்!!!
✍ விளையாடும் போது நல்ல நண்பனாகவும்! ✍ காதலிக்கும் போது எனக்கு தூதுபுறவாகவும். ✍ என் வாழ்க்கைக்கு கிடைத்த பரிசு நீ என் அன்பு அக்காவே!!!

- பாலா கோவிந்த்

அன்புள்ள அக்காவிற்கு

அன்புள்ள அக்காவிற்கு நின் அன்பு தம்பியின் கவி
மடல் ஈரைந்து திங்கள் கருவறையில்
இம்மண்ணில் வளர்ந்தேன் உந்நிழலில்
குளிப்பாட்டுவாய் அழகூட்டுவாய் உனக்கு
பசித்தாலென் பசியாற்றுவாய் கண்ணிலும்
நெஞ்சிலும் சிறை வைத்தாய் அன்பிலும்
பாசத்திலும் நிறை வைத்தாய் தவறிழைத்தால்
கண்டிப்பாய் அழுது நின்றால் கண்துடைப்பாய்
யாரென்னை அடித்தாலும் தாயென்னை
அடித்தாலும் யாக்கை நோவது உனக்கன்றோ
மணமுடித்து போகையிலே மாமனிடம்
நீயுரைப்பாய் மடி தவழ்ந்த நாள் முதலாய்
மகனாவான் இவன் எனக்கென்று தேனமுதம்
நீயெனக்கு தமக்கையே மானமுதம் உன்
மகளெனக்கு மாமனென நானுன் மகளுக்கு சீண்டி
சண்டையிடுகையில் சிணுங்குவாள் சின்னதாய்
பொய் கோபத்தில் உன் பொற்கை ஓங்குவாய்
அன்பின் அதிகாரம் வரைந்திட்டாய் ஆனந்த
யாழதனை வாசித்தாய்

-கா லெனின்

காதலில் விழுந்தவள்..!

காதல் வேண்டும் என்று
ஒரு நொடி
யோசிக்காமல் போனவள்

சகோதரன் ஒருவன்
இருக்கிறான் என்று
மறுநொடி யோசித்து இருக்கலாம்

உணர்ச்சி இல்லாத எனக்கு
உயிர் அவள் என்பதை
மறந்து விட்டால்போல..! அத்தோழி

காதலில் ஒருத்தி இருக்க
அக்காதலுக்கு
துணை நீதான் என்பதை
மறந்து சென்று விட்டாள் போல!
என் தோழி

என் பிள்ளைக்கு
அத்தை அவள் தான் என்பதை
மறந்து விட்டு
சென்றால் போல..!

அவள் பிள்ளைக்கு
மாமன் ஒருவன் இருக்கிறான் என்று
மறந்து விட்டு சென்றால் போல..!

அவள்
என்னை விட்டு போகும் போது
போ...!

என்று மூளை சொன்னது
வேண்டாம் என்று இதயம் சொன்னது

அதை புரியாமல் சென்று விட்டாள் போல

- கு.கிருஷ்ணா

கருவறையில் பங்கிட்டு,
பாசத்தை பங்கு வைத்து,
என் சோகங்களை சுகமாய் சுமப்பவளே,
தன்னலம் மறந்து அன்பு காட்டுபவள் இங்கு
தாயாகிறாள் ,
சுகங்களை மறந்து பாதுகாப்பவன்
தந்தையாகிறான்,
இதுவென கூறும் முன் தேவைகளை தீர்ப்பவன்
சகோதரன் ஆகிறான்,
நீயோ இங்கு யாதுமாகி நிற்கிறாய்.

நிஜமான அன்புடன்
என் நிழல் போல் விரல் பிடித்து நடப்பவளே,
எப்பிறவியிலும் என் பயணத்தில்
உன் கரம் பிடித்திட வரம் வேண்டும்..
உன் சேயாக,உன் தாயாக!

-லெட்சுமி ஆறுமுகம்

அன்பின் அருவி அக்கா!

என்னை கருவில் சுமக்காது கருவிழியில்
சுமந்தவள் அவள்!
பிறந்த கனம் முதலாய் இக்கனம் வரை நிழலாய்
என்னுடனே இருப்பவள் அவள்!
என்னை தாலாட்டி சோறூட்டி சீராட்டி
தொட்டிலிட்டு வளர்த்தவள் அவள்!
நல்லது அல்லது எதுவென அறிவித்து தோள்
சாய்ந்து நயம் செய்திடும் உற்ற தோழியாய்
அவள்!
நடைபயிற்றுவித்து எழுத்தறிவித்து சகலமும்
கற்றுத்தந்த ஆசான் அவள்!
தாயையிழந்து தவிக்கையிலே தாயென
அரவணைத்துக் கொண்டவள் அவள்!
பருவத்தில் தாய்க்கு தாயாய் தமக்கையாய்
என்னை பாதுகாத்தவள் அவள்!
தகப்பனில்லா நிலையில் கூட என்னை சுமையாய்
நினையாது சுகமாய் நினைத்தவள் அவள்!
விவாகத்தின் நிபந்தனையாய் மணாளனை
என்னை மகளாய் ஏற்கச் செய்தவள் அவள்!
அவளின் பிள்ளைகள் இருந்தபோதிலும்
ஒருபோதும் என்னை ஒதுக்கிடவில்லை அவள்!
அகிலமே என்வசம் இருந்தாலும் என்னை அன்பில்
நீராட்டும் அருவியாய் அவள்!
என் வாழ்க்கை அத்தியாயத்தில் நீக்கமற நிறைந்து
நித்தம் யாழிசை மீட்டுகிறாள் அவள்! என் அக்கா!

-யாதுமானவள்.

தாயானாள் தங்கைக்கு !

உச்சந்தலை அள்ளி முடியும் ரிப்பன் முதல் ....
உள்ளங்கை சிவக்க இடும் மருதாணி வரை...
சண்டை தான் .... அள்ளி அணைத்ததும் இல்லை ...
கொஞ்சி குழைந்ததும் இல்லை ...
பிரிவொன்று நேரும் வரை !
தாரமாய் தரம் பெற்று தாய் வீடு தாண்டினாள்..
தாயானாள் தங்கைக்கு !
பிரிவொன்று கண்ட பின்னே...
தன் கருவில் சுமக்காமலே..
தாய்ப்பால் ஊட்டாமலே..
தாலாட்டும் பாடாமலே...
தாயானால் தங்கைக்கு !!!
அழும் முன் ஆற்றினாள்..
விழும் முன் தேற்றினாள்..
தடுமாறும் முன் தாங்கினாள்..
தடம் மாறும் முன் தடுத்தாள்..
சண்டை போட்ட நேரமும் சக்கரை பொங்கலாய்
இனித்தது ....
பிரிந்து வாடும் நொடியோ வேப்பம் பூவாய்
கசந்தது !

-மு.சங்கீதபிரியா.

அழகியின் பாசத்தில் இருந்து மீழ முடியாத
தங்கை
கோடி உறவுகள் இருந்தாலும் எனது
புண்ணியஸ்தலம் அவளது தோள்
காற்றுப் போல் என் முழு நினைவாக இருந்தாலும்
குறிஞ்சி போல சில நேரம் தான் நான் காண
வாழ்வில் விழும் பொழுது ஆறுதல் சொல்லும்
மனம்
வாழ்வில் வெற்றி பெறும் பொழுது பாராட்டும்
மனம்
ஆயிரம் பிரச்சனை அவளுக்கு வந்தாலும்
எனக்கு ஒரு பிரச்சனை என்று
நான் சொல்லாமலே எனக்காக ஓடிவரும் உயிர்
அன்பை எழுத்தாக எனது பேனா மறுக்கிறது
அழகியின் அன்பை மதிப்பிட முடியாமல்
மழலைப் பருவத்தில் மொழி தெரியாமல்
பேசினேன் - என் சிரிப்பால்
வளரும் பருவத்தில் வார்த்தையால் பேசினேன் -
என் கண்ணீரால்
மறுவீடு போகும் தருணத்தில் பேசினேன் -
என் கண்ணீரால்
கானல் நீர்போல கண்டபொழுது பேசினேன் -
என் மௌனத்தால்
அட என்ன தான் வீட்டில் அடித்து கொண்டு
அழுதாலும் இப்பொழுது நினைத்தாலும்
மீண்டும் வராத காலம் தான் போல
மறக்க முடியாத ஒரு இனிய பொற்காலம்
என்றும் அவள் நினைவுகளுடன் வாழும்,
வாழ்ந்து கொண்டிருக்கும் அவளது அன்பு தங்கை

-கவிச்சுடர் சு.பத்ம பாலா

தாய் உதிரம் சமைத்து பாலூட்டுவாள்...
தமக்கை உவகை அளித்து தாலாட்டுவாள் ...
தம் முதல் பிள்ளையாய் உருவகம் ஆக்குவாள் ...!!
உச்சி மோந்து முத்தம் தந்து நித்தம்
அன்பூட்டுவாள்..
எச்சமயம் நோதல் நேரினும் தன் மடிதந்து தலை
கோதி இதமாய்த் தேற்றுவாள்...
மூத்த பிள்ளை என பொறுப்புகள் பல சுமந்தே
துறப்புகள் பல புரிந்தே ....!!
இறைவியாய் உருமாறுவாள் ...
தோழிகள் கூட்டமே சூழ்ந்தாலும்....
அவள் தோள் சாய்ந்திடவே அவள் இடம்
மாய்ந்திடவே மனதும் ஏங்கும்...
சண்டைகள் பிடிவாதங்கள் கோபங்கள்
எனதனைத்தும் அவள் அறிவாள்...
பாசம் பல சுரந்தும் வெளிக்காட்டாது தங்கை
மனம்..!!
நேசம் மட்டுமே வெளிக்காட்டுவது தமக்கை அவள்
குணம்...!!
If விட்டுக் கொடுத்தல் is an Art Elder Sisters are
Picasso in it!!
ஒவ்வொரு உறவும் உன்னதம்
அக்கா. தங்கை உறவும் அதில் கசியும் பேரன்பும்
அதி உன்னதம்...!!
கணவன் வீடு செல்லுகையில் ஈன்றவளாய்
நிலை பெற்று உடன்பிறந்தவளை விட்டுச்
செல்லும் வலி பெறுவாள்..
அக்கா... தங்கை ஏதிலி ஆவாள்..
ஏதும் கூற மாட்டாள் ஆனால் அவளின்றி ஏங்கித்
தவித்து நோவாள்...!!

பெற்றவர்கள் தரும் வேதனைகள் வற்றச் செய்ய
அவளின் ஒற்றை நெற்றி முத்தம் போதுமானது....!
அன்றாடம் அல்லல்கள் இன்பங்கள் கோபங்கள்
தாபங்கள் யாவும் அக்காளின் வசமே பகிரப்படும்
செய்திகள்....!
பிறிதொருவராலும் தர முடியாத
பேரன்பின் வெளிப்பாடு அக்காள் ஒருத்தியின்
ஆகச்சிறந்த புரிதல்...
தயங்கி முடங்கும்போதும் தளர்ந்து நொறுங்கும்
போதும் தாய் தந்தை ஏச்சிலும் பேச்சிலும் இருந்து
நம்மை விடுவிக்க பரிதவித்துப் போராடும்
பண்பட்ட மனிதி அவள்! முதிர்ச்சி இன்றி
தெளிவில்லா நேரங்களில்...
செய்திகள் பல திரட்டி சொற்சிமிழ்களுள் அடக்கி
ஆதரவாய் வந்து அறிவுரமிடுவாள் அழகாகவே!
வேண்டும் என்று ஆசையுடன் கேட்டாலே..
இயலாவிட்டாலும் தந்து விடுவாள்
எதையும் செய்துவிடுவாள்
நம் முகத்தில் புன்னகையைத் தவழ
விடுவதற்காக வேண்டியே!
அக்காள் அவள் அன்பிற்கும் உண்டோ
அடைக்குந்தாழ்!

-தமிழ்க்கிறுக்கி...

அக்காவின் அன்பு

உனக்கு மூத்தவளாய்
முன்பே பிறந்திருக்கலாம்
ஆனால்
என்றுமே நீ என் தந்தையைப் போலானாய்

நான் உனக்கு
சேய் போலானாலும்
சில நேரம்
தாயாகவும் மாறியதுண்டு

நான் பயில நீ
பணியாற்றினாய்
நான் நலமாயிருக்க நீ
அசலூரில் தனித்திருந்தாய்

எனக்கு மகன் பிறக்க
நீ களிப்போடு காத்திருந்தாய்
அவனுக்கு தாய்மாமன் மட்டுமல்ல
தாயுமாய் நிறைந்து நின்றாய்
இத்தனையும் செய்திருக்க
எத்தனை பிறவி எடுத்தாலும்
நானே உனக்குச் சகோதரியாவேன்

என் மகனுக்கு எப்போதும்
உன்மீது பொறாமையுண்டு
காரணம் உன் மீது நான் கொண்ட பாசம்

எனக்கென்றும் உனக்கென்றும்
தனித்தனியாய்க் குடும்பங்கள்
என் வீடு என்குழந்தை
உன் வீடு உன் குழந்தை
இப்படி வார்த்தைகள் மட்டுமே நமைப்பிரிக்கும்
காலங்கள் கடந்தாலும்
உன் அக்காவின் அன்பு மாறாது தம்பீ!!!

-கௌசல்யா மணி

அக்காவின் அன்பு

இவளும் அன்னையே
அன்னையாகும் முன்னமே என்னை
அரவணைத்துச் சென்றவள்
தாய்மையின் முன்னமே தாலாட்டு பாடியவள்
அவளினும் மேன்மையானவள் அவள் புனைந்த
ஓவியத்தை என் கைகளில் தவழச் செய்தவள்
என்னை தாய்மாமனாக்கி மகிழ்ந்தவள்
அன்னையினை ஒத்தவள் அன்று மட்டுமல்ல
இன்றளவும் என்னை வழிநடத்துபவள் வாழ்வின்
வழித்துணையாய் வருகின்றவள் பத்துமாதம்
சுமந்தவள் எனை மடியிறக்கி சென்றாலும்
என்னை மடியினில் ஏந்தியவள் மறுபிறவியிலும்
நான் வேண்டுபவள் வருடங்கள் ஆயினும் அவள்
மாண்புக்கு ஈடேது அவள் மனம் அறியாது அவள்
அன்பில் தேய்பிறையும் கிடையாது என்ன தவம்
செய்தேனோ உன் தமையனாய் பிறந்தேனோ
மறுபிறவி உண்டென்றால் உன் கைகளில்
தவழ்வேனோ உன்னைப் போற்றுகின்றேன்
வாழ்த்துக் கவியொன்று வடிக்கின்றேன்.

- திருமதி.மா.மலர்விழி

🏵அக்காவின் அன்பு🏵

இவள் என்ன சுமைதாங்கியா
விழிகளில் அன்பையும் மொழிகளில் கனிவையும்
தாங்குகிறாள்
தொல்லைகள் பல புரிந்தாலும்
சோர்ந்து நின்றதில்லை
தேம்பி அழுகையிலே
தேற்றத் தவறியதில்லை
கருவறை ஒன்று என்றதாலோ
கனநேரம் பிரிந்ததில்லை
அவள் கனிவுக்கு
உலகே எல்லை வழிகாட்டினாள்
கைவிரல்கூட்டினால் சோறூட்டினாள்
சொல்லிச்சொல்லி மெருகூட்டினாள்
உறங்கக் கண்டதில்லை
உயிரும் எனதில்லை
உன் எச்சில் பாலுண்டேன்
அதுவே என் பெருமையென்பேன்
இன்னொரு பிறவி கொண்டேனும்
உன் கடன் தீர்க்க என்ன செய்வேன்
நீயும் என் தாய் என்பேன்.

-திருமதி மா.மலர்விழி

அள்ளிப் பருகும் ஆற்று நீரல்ல

அன்பைப் பொழியும் ஊற்று நீரவள்
கைக்குள் அடங்கா காற்றுமல்ல
கடமையில் கவிபாடும் தென்றலவள்
எல்லைகள் இல்லா வானமுமல்ல
என் தொல்லைகள் பொறுக்கும் பூமியவள்
வண்ணங்கள் புனையா ஓவியமல்ல
என் எண்ணங்களை செதுக்கும் சிற்பியவள்
தேன்துளி சொரியும் பூக்களுமல்ல
எனைத் தோள்களில் தாங்கிய தேவதையவள்
என்ன சொல்லி அழைப்பேன்
உன்னை உன் தமையனாக ஈன்றாள்
அன்னை அக்கா என்று அழைத்தேன் நானும்
அன்புகாட்டி அன்னையாகினாள்
நாளும் என்ன தவம் செய்தேன்
நானும் என்றும் உன் தமையனாக
வாழ்ந்திட வேண்டும்

-திருமதி மா.மலர்விழி

தேவதை

அணைக்கும் கரங்களில் ஆதரவு நீட்டுவாள்
எனக்காக எதையும் கொடுத்து மகிழ்வாள்
சுவர் தாண்டும்போது சுவையாய் பொழிவாள்
இருள் சூழ இன்னும் காணும் என தேடுவாள்
பதறும் மனம் பயத்தில் படியிலே காத்திருப்பாள்
கண்டதும் கண்ணீர் மறைத்து கரித்து கொட்டுவாள்
அவளிடம் விருப்பம் சொல்ல விதையிடுவாள்
வெண்மேக என் தேவதை என் அக்கா

-ஆ.ச.பவித்ரா

ஊற்று நீர்

கடவுளின் படைப்பால் இரத்த பந்தத்தின் வழிவந்த
உறவு!
அக்காவை கிடைக்கப் பெற்றவர்கள்
ஒவ்வொருவரும் அதிர்ஷ்டசாலிகளே!
நான் தங்கையாக பிறந்ததினால் என் அக்காவிடம்
பாசமழையில் நனைகின்றேனே!
தாய் முதல் தெய்வம் என்றால், என் அக்கா
இரண்டாவது தெய்வம்!
விளையாட்டு பொருட்களும், பரிசுகளையும்
எனக்கு கொடுத்து மகிழ்ந்த உன்னத நெஞ்சே!
நான் பசியோடு இருக்கும்போது, நீ என் பசி
ஆற்றிட செய்தாயே!
நல்ல பழக்கவழக்கங்ஙளையும், கடவுளின்
நாமங்களை சொல்லிக் கொடுத்து என்னை
நல்வழி படுத்தினாயே!
விளையாட்டுகளில் நீ தோற்றுபோய் என்னை
ஜெயிக்கவிட்டு, என் தேவைகளை ஒவ்வொன்றும்
பார்த்து பார்த்து செய்தாயே!
என் அக்காவின் பாசம் ஊற்று நீர்போல
வற்றாததே!
அடுத்த ஜென்மத்திலும் நான் உனக்கே தங்கையாக
பிறக்க வேண்டுமே!

-வெ.பூர்ணலஷ்மி

அனந்த சலனம்

அக்காவே எந்தன் அக்காவே
அகிலத்தை ஆளும்
பிரம்மாவே நீயோ

உலகை வசப்படுத்த
உன்னதமானாயோ
அக்காவே

உயிராய் நாம் நினைக்க
உறவாய்வத்து
எண்ணிக்களிக்க
வந்த வைத்த கன்னமுதே
உன்னருகே உள்ளம் வந்து பரவசப்பட
எண்ணாத எண்ணமெல்லாம் என்னை வந்தடைய
என்று எங்கு எப்போது
நானும் உன்னில் ஓடி ஒளிகிறேன்
ஐயத்தைக்களைகிறேனே அக்கா
அருமருந்தாகிறேன்
அசல் என்று
நினைத்தது
நகலானதே அக்கா
நாதியற்று நானிருக்க வழியானதேஅக்கா

என்னை உன்னுடன. இணைத்திடஉலகம்
பரந்து விரிந்திட
கனவுஆய். ஆனது
எந்தன் வாழ்வு
கண்ணில் நின்றாடிய கனிந்த உறவு
உன்னை எண்ணவே அந்திப்பொழுதினில்
அன்றலர்ந்த மலர்
போலுகம்மலர்ந்தவளேஅக்காவே
இதயத்தாமரையில் வீற்றிருக்க
பாசமொத்தமும் வைத்தவளே
வீடு கொண்டவளே
என்மனவீடு கொண்டவளே
உடன்பிறப்பாய் பிறந்தவளே அக்காவே
உயிரானவளே அக்காவே

-முனைவர் கவி சு.நாகவள்ளி

அம்மாவின் மறு உருவம்

வண்ணத்துப் பூச்சியின் நிறத்தை அளக்க
முடியாது!
அதுபோல அக்காவின் அன்பையும் அளப்பதில்
ஆர்வம் காட்டாதே!
தாய்க்குத் தெரியும் மகனின் மனம்!
ஆனால் என் அக்காவிற்கு மட்டும்தான் தெரியும்
என் சிறு சிறு ஆசைகள்!..
மணம் தரும் பூக்கள் கூட ஒருநாள் ஒருமுறை
தான் பூக்கும்!
ஆனால் என் அக்காவின் மனம் என் மீது
எப்போதும் வீசும் புன்னகைப் பூவாக!.....
அக்கா என்ற உச்சரிப்பு ஆயுள் வரை துடிக்கும்
என் இதயம் போல் அன்பின் வழியாக!..
சிறுசிறு சண்டைகள் இடுவாய்!
நான் சரளமாய் பேசும் அழகை இரசிக்க!..
என் மீது கோபம் இருந்தாலும் ஒரு போதும்
வெளிகாட்டாத ஓர் கனவு தேசம் என் அக்காவே!...
நிழல் போல் என்கூடவே இருப்பாய்!
உனக்கு ஒரு சோகம் என்றாலும் என்மீது காட்டும்
அன்பு ஒரு போதும் குறைந்ததில்லை என்றுமே!..
அன்பை ஊட்டும் என் அன்னையே!.
அறிவால் வளர்க்கும் என் அப்பனே!

ஆயுள் வரை என்னிடம் இருக்கும் என் உடலின்
ஒரு பாகமே!
உன் பாசத்தின் வேராக என் வாழ்வின் நீரூற்றே!..
இறைவன் படைத்த அற்புத விளக்கே!
உன்னுடன் இப்பிறவியில் பயணிக்கும் தருணம்
என் வாழ்நாளின் சொர்க்கரதமே!
என்றும் இருப்பாயாக என் அம்மாவின் மறு
உருவமாய்!...

-வீ. சதீஸ்குமார்

அக்காவின் பக்கம்

அலையென துடிக்கும்
ஆணவ இதயம்
உங்கள் நினைவுகள்
தோன்றும் நொடி எல்லாம்
ஈடில்லா அன்பில்
அடங்கிப் போகும்!

ஆயிரம் வார்த்தைகள்
தமிழ் அகராதியில் இருந்தாலும்
அவசரத்தில்
திடீரென நினைவுக்கு எட்டும்
ஓர் உறவு சொல் (அக்கா!) நீங்களே

காரணம் யான் அறியேன் !
உங்கள் கண் கலங்கும் நேரம்
என் மனம் பதறுகிறது
பாப்பா! என்று
உங்கள் உதடுகள் முனுமுனுத்தால்
என் கர்வம் தலைக்கேறுகிறது
நான் உங்கள் தங்கச்சி என்று!

உங்கள் இதயத் துடிப்பின்
ஓசைதனை என் செவிகள்
உணரும் வகையில்
உங்கள் அருகிலேயே இருக்க
வரம் கேட்பேன் அந்த கடவுளிடம்!
வரமென அன்பின் வடிவில்
நீங்களே வருவதாக இருந்தால் !

இரவுப்பொழுதில் ,
அக்காவின் தோளுக்கு இணையாக
பாதங்களுக்கு பக்கத்தில் அடிவைத்து
கதைகள் பல கதைத்துச்
செல்லும் வழியில்
வீழ்ந்த மலர்களும் எங்களின்
பாதங்களுக்கு பாய் விரிக்கும்
மலர்க்கொடிகளும் பின்தொடரும்
நிலவும் நிச்சயம் ஒளி கொடுக்கும்
நீண்ட சாலையோரத்தில்
எங்களின் பயணம்
இன்னும் கொஞ்ச தூரம்
நீண்டு செல்லக் கூடாதோ என்று
என் மனம் ஆர்ப்பரிக்கும்!

இதயமே!
இணைந்துக்கொள் என்னோடு
உறவாக அல்ல
என் உயிரென உன்னைக் காண்கிறேன்...
அக்கா!

- மு.ஐஸ்வர்யா

அக்காளின் அன்பு

தன் வயிற்றில் சுமக்காத
சேயாய் எனை தாலாட்டியவள்...
நான் செய்யும் சேட்டைக்கு எல்லாம்
அவள் தண்டனை பெறுவாள்...
எனக்கு வக்காலத்து வாங்கியே
தன் வாழ் நாள் தொலைத்தவள்...
எப்போதும் எனை தாங்கும் மடி அவள்....
தாலாட்டி...சோறூட்டி தலை வாரி பள்ளிக்கு எனை
அனுப்பும் பாங்கு அடடா...
சொல்ல வார்த்தை இல்லை...
எனக்காக பாதி படித்தவள் அக்காள் தான்....
யார் என்னை போற்றினாலும் தூற்றினாலும்
என் உடன் நிற்பவன் அவள் ஒருவளே....
எனக்காக போர்க்கொடி பிடிப்பவளும் அவளே....
போராடி ஜெயிப்பவளும் அவளே.... எ
த்தனை துன்பம் வந்தாலும்
அசராது எனை தாங்குபவளும் அவளே தான்....
எப்போதும் எனக்கு தாய் அவளே அவள் மடியும்...
தோளும்... தான் நான் இளைப்பாறும் இடம்....
நான் செய்யும் தவறுக்கும் அவள் கேட்பாள்
மன்னிப்பு எப்போதும்...
என் முகம் வாடினால்
அவள் மனம் சோர்ந்து போகும்...

எப்போதும் அக்காள் தான்
பல வீடுகளில் தாயாய் வாழ்கிறாள்....
தான் மனதில் சுமக்கும் தன் அன்பு
சகோதர சகோதரிகளுக்காக
அவள் செய்யும் தியாகத்திற்கும்...
அவளின் அன்புக்கும்
ஈடு இணை என்றும் இல்லை....
பல குடும்பத்தில் வாழும்
தெய்வமவள் தான்....

-N.R. Seethalakshmi

அக்காளின் அன்பு

தமக்கை என்று சொல்லி
உனக்குத் தனி பெயர்
அழைக்கவோ இல்லை
என் இரண்டாம் தாயென்று சொல்லி
உனக்குப் பதவி புதிது தரவோ
நான் துவண்டு போகும்
நேரங்களில் நீ தோள் கொடுக்கும் தோழியாய்
மாறினாய் நான் தவறு செய்து சிக்கிக்
கொள்கையில் என்னைக் காப்பாற்றும்
ஆபத்பாந்தவள் ஆகினாய்
ஒரு வயிற்றிலே பிறந்தாலும்
என்னை உன் பிள்ளையாய் பார்க்கிறாய்
நான் அம்மா என்றழைத்ததை விடவும்
அக்கா என்று உன்னை அழைத்தது
ஆயிரம் மடங்குகள் அதிகம்
அன்றோ சூரியன் உதிக்க மறந்தாலும்
சகியே நீ என்னைச் சீராட்ட மறந்ததில்லையே
நிலவும் காய மறந்தாலும்
நீ என்னைக் காணாமல்
ஒரு நாளும் இருந்தது உண்டோ
வீட்டிலே நானும் சேட்டைகள் செய்தாலும்
என் முதுகில் ஒருபோதும் அடிகள்
விழுந்ததில்லையே
ஏனெனில் அதையெல்லாம்
நீ தான் வாங்கி இருப்பாய்
என்னை உன்னுள் அரவணைத்து
உன்னோடு நானும் சண்டையிட்டே
பொழுதும் தள்ளுவேன்

சண்டகளால் உன்னை
விட்டு பிரிவதற்கு இல்லை
இன்னும் உன்னோடு நெருங்குவதற்கு
தாயோடு நாள் பொழுதும் இல்லா தருணங்கள்
எனினும் வருந்தியதில்லை
அதன் ஈடு தான் நீயே
என்னோடு இருக்கிறாயே
வேறென்ன வேண்டும் எனக்கு
வேண்டுவனவற்றை எல்லாம்
நீ நிறைவேற்றிட
உன் ஆசைகள் அனைத்தும்
நீ விலக்கினாய்
அக்கா என்ற சொல்லே போதும்
என் அனுதினமும்
உன்னோடு நிறையும்
பிறப்பில் ஒன்றில்லை
எனினும் இறப்பில் உன் துணையாக வேண்டும்
வாழ்வனைத்தும் என்னை
நின் சேயாய் அரவணைத்த உன்னை
உன் வாழ்வின் விடையளிக்கும் தருணத்தில்
நான் அரவணைக்க வேண்டும்
நான் இப்பிறவியில்
கொடுத்து வைத்தவள் தான் போலும்
உன்னை என் தமக்கையாய் பெற்றிட
அடுத்த பிறவியென்று ஒன்று இருப்பின்
நீயே என் செல்ல மகளாய் வேண்டும்
உன்னைச் சீராட்டி பாராட்டி சோறூட்டி வளர்க்கும்
அன்புத் தாயாய் நானிருக்க வேண்டும்

-N.R.Seethalakshmi

என் அக்காள் ஆசைக்கு அளவுகள் இல்லை
அக்காளின் அன்பிற்கு எல்லைகள் இல்லை
அன்னையில்லா நேரத்தில் மடிமீது தாழ்த்தி
பசித்திட்ட வேலையில் சோறூட்டி தொட்டிலில்
தாலாட்டி உறங்க வைத்திடுவாள் அடுத்தவன்
ஆயிரம் சொல்வான் என்றாலும் என் தம்பி
எனக்கு முக்கியம் என்றிடுவாள் சண்டையிட்டுக்
கொண்டாலும் பேசாமல் போனாலும் மனம்
வருந்திடுவாள் வாக்கப்பட்டு அடுத்த வீட்டிற்குச்
சென்றாலும் அக்காளின் அன்பு குறைந்ததில்லை
இவள் அக்கா மட்டுமல்ல அம்மாவும் கூட

-வெ.சந்துரு

அவளின் மடியில் நான்

அன்னையின் அன்பை அவளிடம் கண்டேன்
அன்பிற்கு அடைமொழி என் அக்கா என்றேன்
இந்த உலகினில் அம்மாவின் அன்பை விட
உயர்ந்தது இல்லை ஆனால் அதற்கு ஈடாக ஒன்று
உண்டெனில் அது எனது அக்கா இரண்டாம்
தாயாக என் வாழ்வில் வந்து இருள்படாது
என்னை காத்தால் இவளின் அன்புடைய உள்ளம்
என்றும் நான் வாழும் இல்லம் மனம் உணரும்
மகிழ்ச்சியை புணரும் மலர் இவளை கண்டு
பகையின்றி பயணிப்போம் எப்போதும் ஒன்றாக
நான் மயங்கிட உன் மைவிழியே போதும் இவள்
இணை யார் என தேடுது இதயம் இருவரின்
இடையே தோன்றுது உதயம் உன்னிடம் உன்
விரல் பிடித்து பின் தொடர்வேன் மழையில்
ஆடும் கலாபத்தின் வண்ணம் காட்டிடுமே நம்
நட்பு என்னை கரு மேகம் சூழ்ந்த காலத்தில்
மழைத்துளியாய் உன் அன்பு என் அருகில்
உன்னை உணர்கிறேன் என் துன்பத்தில் எனது
கேள்விகளுக்கு விடை நீ உனது பதில்களுக்கு
பொருத்தம் நான் எனது சிகையை சரிப்படுத்தும்
உன் விரல்கள் என் உறைவிடம் உன் மடி அது
எனக்கு போதுமடி நான் உடையும் போது என்னை
தேற்றும் உள்ளம் கொண்டவள் நீ என் உயர்வைக்
கண்டு உன் கண்கள் நினையும் உலகமே
அலைந்து திரிந்தாலும் இவளைபோல யாரும்
என்னை நேசித்ததில்லை இடையில் எவரும்
இல்லை இனி பிரியும் உணர்வே இல்லை

- மு.காமாட்சி முத்துராமன்

❤அவளே❤

அம்மாவிற்கு அடுத்தப்படியாக அரவனணப்பது
அவளே!
அனைத்திலும் சிறந்த, அற்புதமான உறவு அவளே!
ஆறுதல் கூறுவதில் அவளை தட்டி பறிக்க
ஆளேது !
ஆண்டவனிடம் நான் வேண்டியதை கூட
எனக்காக அம்சமாம செய்வது அவளே!
இன்பத்தில் மட்டும் கூட நிற்காமல் எனது
தோல்விகளிலும், துன்பத்திலும் எப்பொழுதும் கூட
நிற்பவள் அவளே!
ஈகை குணம் மிக்கவள் அவளே!
ஈரமனத்தை உடையவள் அவளே!
உலகத்தை பற்றி சொல்லிக்கொடுப்பவள் அவளே!
உள்ளத்தில் கள்ளம் கபடம் இல்லாதவள் அவளே!
ஊக்கம் கொடுப்பது அவளே !
ஊட்டம் தருவதும் அவளே! என்னவள் அவளே!
எனக்கானவள் அவளே!
என்னை பற்றி என்னை விட அதிகாம
யோசிப்பவள், நேசிப்பவள் அவளே!
ஏன் என்று கேட்காதவள் அவளே!
நான் செய்யும் அனைத்தும் சரி என்று நம்புபவள்
அவளே!
ஏணி கூட தேவையில்லை நான் உயர்வதற்கு
ஏனென்றால் என்னை உயர்த்தும் ஏணி அவளை !
ஐயமின்றி இருப்பேன் அவளுடன் ஐவிரல்
கோர்த்து நடக்கும்போது !

ஒன்றா! இரண்டா!
அவளை பற்றி கூற ஓராயிரம் வார்த்தைகள் தேவை....
ஓவியமா ?காவியமா? என்னவள் திவியமடா........"!!
இவ்வனைத்துக்கும் சொந்தமானவள் அவளே!!!

♡ அக்கா♡

-காவியதர்ஷினி. க

அக்காவின் அரவணைப்பு*

பெற்றெடுத்ததோ என் அம்மாவாக இருந்தாலும்...
வளர்த்தெடுத்ததோ என் அக்கா.....
பத்து மாதம் என்னை சுமக்கவில்லை என்றாலும்
பத்து வருடம் பார்த்து கொள்வாய்!! நான்
பலமுறை தப்பு செய்தாலும் கண்ணத்தில் அப்ப
மாட்டாய்....
நான் ஒரு முறை அழுதாலும் உன்னால்
தாங்கமுடியாதே!!!
எத்தனை நாட்கள் ஆனாலும் நம் உறவு
எப்பொழுதும் அழியாதே !!
வளர வளர நம் முகம் மாறினாலும் பழக பழக
நம் அகம் மாறாது !!
நான் உன் பெண்மையால் தாய்மையை கண்டேன்
!! உன் தாய்மையால் மென்மையை கண்டேன் !!
உன் மென்மையால் உண்மையை கண்டேன் !!
நான் மறைந்து போகும் வரை மறந்து போகாத
ஒரே உறவு நீதானடி பெண்ணே !!

-சு. யோகப்பிரியா

குப்பை தொட்டியில் பிறந்தவள் என்பாள்
புன்னகை பூக்கும் இதழ்களிலே!
தொல்லைக்கேன்றே பிறந்தவள் என்பாள் ஏனோ
விலகி போக மனமில்லையே! வேசம் இல்லா
தாய் அவளோ ! என்னை பிடித்த சைய்த்தானோ?
தூங்கும் குட்டி கும்பகர்ணியோ திருட்டு உணவின்
மன்னியோ! இல்லை காத்தணைக்கும் கண்ணியோ
இவள் இல்லாமல் என்ன வாழ்க்கையோ!
என்றைக்கும் இவள் என்அவளோ!

- நா.வசந்தி

பாசமலர்

அன்னைக்கு நிகரானவள் அரவணைப்பும்
அதிகாரமும் சற்று அதிகமாகவே இருக்கும்
ஈன்றெடுக்க வில்லையே தவிர தன் குழந்தை
போல காப்பாள் எல்லா இன்ப துன்பங்களிலும்
கூடவே நின்று வழிநடத்தும் நல்ல ஆசிரியை!
சின்ன சின்ன செல்ல சண்டைகள்
வாக்குவாதங்கள் இன்னும் நம் அன்பை விரிவு
படுத்திக்கொண்டே போகும் ஒரு போதும் குறைய
வாய்ப்பு இல்லை எத்தனை சண்டைகள் வந்தாலும்
யாரிடமும் விட்டுக் கொடுக்காமல் நமக்காக
பரிந்து பேசி துணையாக நிற்பவள் ஒரு நாள்
இல்லை என்றாலே அந்த நாள் கடந்து செல்வது
மிகவும் கடினம்! ஆனால் என்றோ ஓர் நாள்
எங்களைப் பிரிந்து கணவன் வீட்டிற்குச்
செல்வாயே உன் பிரிவை எப்படி தாங்குவேன்
எப்படி நீ இல்லாமல் என்னைப் பழக்கப்படுத்திக்
கொள்வேன் யாருடன் சண்டைகள் போடுவேன்
யார் எனக்காக பரிந்து பேசி கூட நிற்பார்
இத்தனை ஆண்டுகள் கூடவே இருந்து ஒன்றாக
வளர்ந்து எல்லாமே பகிர்ந்து தீடீரென விட்டு
பிரிவாயே ஏன் இந்த தண்டனை?

-மினு.வி

எல்லாம் நீயே

அம்மா அப்பா பிரிந்து சென்றாலும் எனக்காக இரண்டுமாய் இருந்து என்னை வழிநடத்திச் சென்றாய் எனக்காக உன் படிப்பை நிறுத்தி விட்டு என்னை மேலோங்க செய்தாய் அம்மா பாசம் அறியாது என்னைத் தாலாட்டினாய் தந்தையைப் போல எனக்காக உழைத்தாய் தளர்ந்து போகும் தருணத்தில் என் தோழி ஆனாய் சோர்வான சமயங்களில் என்னை ஊக்குவித்தாய் எல்லா உறவுகளையும் உன் உருவில் எனக்கு காட்டினாய் எந்த ஜென்மம் இக்கடனை நான் சரி செய்வேன் இதற்கு நிகர் என் உயிரைத் தவிர வேறு எதுவும் இல்லை உனக்காக சமர்ப்பிக்க!!

-மினு.வி

மூத்த அத்திப்பூ காரிகை அவள்

அன்னையின் கருவில் முதல் வாரிசாக தவம்
பெற்று உருவான அத்திப் பூவே மொட்டிலிருந்து
வெடித்துக் கொண்டு மலராய் மலர்ந்தாய்
இவ்வுலகை காணவே விளையாட்டிலும்
படிப்பிலும் முதல் இடத்தை பிடித்து பொறாமை
தந்தாய் எச்சிப்பாலை குடித்து வளந்த என்னை
யாரிடமும் விட்டுத் தராத பாசக்காரி நீ
வீட்டுக்குள்ளே சண்டை போட்டு வீட்டை
இரண்டாக்குவதில் கீரியும் பாம்பும் நாமே செல்லக்
கோபத்தையும் ஒற்றை வரி கவிதைப் போல
முத்தத்தால் போக்குபவள் நீ சண்டையும்
சமாதானமும் சகோதரிகளாய் நாமிருக்கும்
வரைதான் என்று நினைக்கவில்லை அம்மாவின்
மறு உருவானவள் நீயென்று இன்னொரு வீட்டுக்கு
வாக்கப்படும் போது அறிந்தேனடி அக்காவே நீ
வேறு வீட்டு வாழ்க்கை வாழ சென்றாலும் நம்
நேசம் என்றும் இசைத்திடும்!

-சங்கவி சகி

காதல் தேவதை என் அக்கா ------

பலமுறை சண்டைகள் வந்தாலும் முதலில் வந்து
பேசுபவள் என் அக்கா!
அடித்தாலும் பிடித்தாலும் அவள் என் அக்கா!
அம்மாவிற்கு அடுத்த ஸ்தானம் அக்கா!
மற்றவர்கள் தவறாக பேசினால் என் தங்கை
அப்படி இல்லை என்று சொல்பவள் என் அக்கா
அன்பைக் காட்டாமல் அன்பைக் காட்டி
செல்வாலே என் அக்கா அறியாது வயதிலும்
சண்டை போட்டோம் அறிந்த வயதிலும் சண்டை
போட்டோம் அதுதான் அக்கா தங்கையின் பாசம்
"காதலிக்க எல்லைகள் கிடையாது என்று
அம்மாவிற்கு அடுத்ததாக உன்னிடம் தான்
உணர்ந்தேன் என் அக்காவிற்கு முதல் முத்தம்"!

-ரா. ப்ரீத்திகா

தாயுமானவளாய் அக்கா

ஒரு கொடியில் பூத்த மலர்கள் நாங்கள்!
செல்லச் சண்டையிட்டு மனம் மகிழ்ந்த நாட்டகள்!
எங்களுக்குள் விட்டுக்கொடுப்போம்;
எங்களை யாரிடமும் விட்டுக்கொடுக்க மாட்டோம்!
ஒரே குருதியில் துளிர்த்த குறும்பு மலர்களல்லவா
நாங்கள்!
செல்லச் சிணுங்கல்களோடு கொஞ்சல்களும் சில
நேரம்!
காரணமில்லா குடுமிச்சண்டைகளோ பல நேரம்!
சேட்டைகளின் பங்குதாரராய்;
சிநேகத்தின் சொந்தக்காரராய் சிந்தை குளிரச்
செய்யும் இன்னொரு இதயம்!
அவள் தான் என் அன்னைக்கு நிகரான "அக்கா"!
சிறு வயதில் எதற்கெடுத்தாலும் சண்டையிடும்
சண்டைக்கோழிகள்!
வளர்ந்த பின் எதற்காகவும் யாருக்காகவும்
விட்டுக்கொடுக்காத பாசமலர்களாய்!
அன்புச் செல்வங்களாய் இப்படியே நீளவேண்டும்
நம் வம்புகள்!
ஆனந்த யாழையாய் என்னை மீட்டுகிறாயே என்
பாசமலர் கண்ணம்மா!

பின்னொரு நாளில் பிரியங்கள் நிறைந்த
பிணைப்பிற்கான அரும்புகளாய் மாறினும்
மறந்திடா நெஞ்சம் வேண்டும்!
முடிவிலி மோதலில் முடிவில்லா நேசங்கள்
முளைக்கும் நேரமிது
முதியவர்களுக்கிடமில்லையே!
வளர்பிறைகளின் வாய்ச்சண்டையில் வளைந்து
நெகிழ்ந்தது வளர்த்த தாய்மை!
அக்கா என்னும் தாய்மை தம்பியை
நல்வழிப்படுத்திடுமே நாளும்..!
தாயுமானவளாய் என்னுள் திகழ்ந்திடும் என்
அக்கா இறைவன் எனக்கு அளித்த வரமே!

கவிஞர் பாரதி பாஸ்கி

நேசக்கரம்

என் ஆசையை நிறைவேற்ற. தனது ஆசையை மறைத்தவள்! என் பசியைப் போக்க தன் பசியை மறந்தவள் தூக்கிச் தூக்கிச் சுமந்தவள் என்னை மட்டுமல்ல. என் கனவுகளையுந்தான்! வெயிலின் கொடுமையை மறைத்து தன் நிழலி என்னை மறைத்தவள்! எதிர்க்காலத்தில் எதிர் நீச்சல் போட. நேசசக்கரம் நீட்டியவள்! அகம் சோர்வுற்ற. நேரத்தில் அன்புக்கரம் நீட்டியவள்! புறம் சோர்வுற்ற. நேரத்தில் ஆசைக்கரம் நீட்டியவள்!
என்னை அழகுப்படுத்தி அகம் குளிர்வாள்!
என்னைப் பேசிவிட்டு பெருமகிழ்வு கொள்வாள்!
எனக்குப் பிடித்ததைத் தேடித்தேடி
தனக்குப்பிடித்ததை மறந்து ப்போவாள்!
என்னோடுப் போட்டிப் போடாமல் எனக்காக ப்
பிறரிடம் போட்டிப் போடுவாள்!
நான் சொல்லும் முன்னே குறிப்பாள்
உணரும்தாய்!
என் திறமை இதுவென அடையாளம் காட்டிய
தந்தை!
துன்பம் வந்தக் காலத்தில் தோள்கொடுக்கும்
தோழி!
அவள் அரவணைப்பாள் எப்போதும் இணக்கம்!
அவள் முகத்தில் என்றுமே கண்டில்லை சுணக்கம்!
அவள் பெருமை என்றுமே பெருக்கம்!
நான் அளைப் பற்றி சொன்னதுச் சுருக்கம்!
அவளைப்பற்றி பேசப்பேச வாய் மணக்கும்!
காலம் முழுவதும் பாதச் சுவட்டைத்தொட்டுச்
செலுத்தலாம் வணக்கம்.........!

-முனைவர்.இரா.ஜெயந்திகிருஷ்ணா

அக்காவின் அன்பு!

தனக்கென எதையுமே விரும்பாது எனக்கே தந்து உதவிய எனது அருமை அக்காவே

⊸ஒரு குடும்பத்தில் தாய்க்கு அடுத்து தலைதூக்கி நிற்பவள் அக்காவே!

⊸ வாழ்க்கையில் முன்னியாகவும் தொடரியாகவும் அன்பான அரவணைப்பாலும் கண்டிப்பாலும் எனக்கு மற்றொரு தாயானவள் எனது அக்காவே

⊸ படிப்பில் நான் சிகரம் தொட ஏணியாய் என்னை ஏற்றிவிட்ட அக்காவே

⊸ காய்ச்சலில் நான் துவள இரவு பகல் பாராது எனை வாழவைத்த அக்காவே

⊸ வாய் பேச தெரியா அறிவுப் பதுமை எனது அருமை அக்காவே

⊸ குடும்பத்திற்காகவே உன் படிப்பறிவை நீ இழந்தாய் மாடாய் உழைத்திட்டாய்

⊸ உன் வாழ்வு சுபிட்சமாக வந்தானே வினையாக வரன் எனும் திருமண உறவு

⊸ உன் மல்லிகைப்பூ போன்ற இதயமதை மதிக்காத அவனாலே உன் ஆசைகள் அனைத்தும் நிராசையாக போனது என்னவோ உண்மையே

⊸ பெண்களுக்கு திருமணத்திற்கு பின்பே வாழ்வுண்டு என பலர் நினைக்க அது முற்றிலும் தவறாகவே என் அக்காவின் வாழ்க்கையில் கானல் நீரே

⊷ கணவன் மாமியார் மாமனார் நாத்தனார் என
நாலாபக்கமும் கொடுமைகள் படைசூழ
⊷ கவலை கவலை என விரக்தியடைந்து
பவுர்ணமி நிலாவினை சுவைக்கும் தேய்பிறை
அமாவாசை நிலவாக கவலைக்கு ஆட்கொண்டு
தேய்ந்தாள் என் அன்பிற்கினிய அக்கா
⊷ ஆண் ஜென்மங்கள் பெண்களின் மனதை புரிந்து
கொள்ளாத ஜடங்கள்
⊷ அம்மாவின் விருப்பத்திற்காகவும் குடும்ப
நலனுக்காகவும் ஆண் எனும் மனித
இயந்திரத்தோடு எந்தவித ஆசாபாசம் இன்றி
வாழ்ந்து கொண்டிருக்கிறாள் என் இனிய அக்கா
⊷ மறுஜென்மம் என ஒன்று இருந்தால் என் உடன்
பிறப்பாய் நீயே வரவேண்டும் என் இனிய
அக்காவே

-ப.செல்வராணி

கனவு தேவதையே

அக்கா ஒரு வார்த்தை அல்ல உணர்வு அடிதடி சண்டைகளில் அன்பு பரிமாறுமே தாய்யியல்ல பிள்ளையும் தாய்மையோடு வாழறந்திடுமே அக்கா ஒருவள் இருந்தால் தந்தையாகவும் உழைக்க தெரியும் அக்கா என்கிற ஒரு அதிசயம் தான் கிடைத்த பலருக்கு வரம் அவள் கிடைக்காத என்னை போன்றவருக்கு கனவு தேவதை அவள் அக்கா....

-அனிஷ். வீ

அவனுக்கும் கற்று கொடுத்திடலாம் முட்டைக்குள்
கருவாக நான் உருவாகும் முன்னே பரவசம்
கொண்டு பத்து மாதம் காத்து கிடப்பாள் அவள்
காகிதம் கண்ட இடத்திலெல்லாம் தீட்டி வைப்பாள்
என் உருவை பல வண்ணங்களில் ஈன்றவளுக்கு
பத்து மாதம் ஒத்த சுமை அவளுக்கோ
ஈன்றவளோடு இரட்டைச் சுமை கேட்கும் முன்
கொடுப்பாள் கேழா போதும் மனமறிந்து
செய்திடுவாள் அன்புக் கொண்டு எதும் நான்
கொடுக்கவில்லை பல உதாசினங்களைத் தவிர
ஆயினும் காட்டிடுவாள் அவள் என் இரண்டாம்
அன்னை யவராயினும் கருவாகும் முன்
கேட்டிடங்கள் இறைவனிடம் அக்கா எனக்கு
இருக்காலா என்று இல்லையாயின் அடுத்த பிறவி
எடுக்கலாம் அவனுக்கும் கற்று கொடுத்திடலாம்
அக்காவின் அருமையை

-மா.மோகனப்பிரியா

தாய்க்கு நிகரான அவள்
இவள் பழகிய இருவரை
அன்பால் இணைத்தால்
அது அன்பின்
வெற்றி ஆக முடியாது
இருவரும் மனதால் புரிந்து
இறுதி வரை இணைந்து
அந்த உறவை தக்க வைத்துக்கொள்ளவதே
அன்பின் வெற்றியாகும்....

-சந்தீப் கணேசன்

அவள் குணமே
அவள் அழகுக்கு சாட்சி
நான் எத்தனை அழகிய
கவிதைகள் எழுதினாலும்,அவை
அனைத்துனையும் தோற்றுப் விடுகின்றன
உன் பாசத்திற்கு முன் இனியவளே..

சந்தீப் கணேசன்

அவள் புன்னகைக்கு
நான் அடிமை
உன் புன்னகை சிரிப்பினால்
எல்லாரையும் சிறடிக்க சென்றவள் நீ..
உன் அழகான திமிரினால்
எல்லாரையும் திணரடிக்க செய்பவள்..
என் தாயின் பாசத்திற்கு நிகரானது உனது பாசம்.
அவற்றை பாதுகாப்பு என்று கூட சொல்லலாம்...

சந்தீப் கணேசன்

அம்மாவாகிய நான்

*ஆடிப்பெருக்கிற்கு அடுத்த நாள்/
*என் வாழ்வினை மாற்றியமைத்த நாள்/
*என் அம்மாவின் சகோதரிக்கு மாரடைப்பு/
*மருத்துவமனைக்கு தூக்கிச் செல்கின்றனர்/
*எனக்கும் அன்னையானவள் என் சித்தி/
*அப்போது என் வயது பத்து/
*என் கைகளில் இரண்டாண்டுகள் கூட
நிறைவுபெறாத மழலைச்செல்வம்/
*மற்றொரு புறத்தில் ஐந்து வயதில் தம்பி/
*அன்றைய இரவுப்பொழுது என் வாழ்விலும்
இருளை வழங்கிவிட்டது/
*சித்தியின் மரணம் பேரிடியாக விழுந்தது.
*மீளாத்துயரில் எங்கள் குடும்பம்/
*அனைவரின் அழுகையிலும் துயர் கொள்ளச்
செய்த மழலையின் அழுகை/
*என் மடியில் கிடத்திய என் அன்புத் தம்பி/
*என் விரலைப் பிடித்து வாயில் வைத்துவிட்டு
பசியாறுகின்றான்/
*பத்து வயதில் இரண்டு ஐந்து வயது
குழந்தைகளுக்குத் தாயானேன்/
*சித்தப்பா மறுமணம் புரிந்துகொண்டு
தனிக்குடும்பமாகி விட்டார்/
*என் தந்தையும் தாயும் என்னோடு இரு
புதல்வர்களையும் வளர்க்கின்றனர்/
*அக்குழந்தைகளுக்கு அப்பா அம்மா அக்கா
கிடைத்து விட்டனர்/
*அன்னையும் தந்தையும் வேலைக்குச் சென்று
விடுவர்/

*குழந்தைகளை நானும் என் பாட்டியும் பார்த்துக் கொள்வோம்/
*பள்ளி செல்லும் சிறுமி நான் தாயாக மாறி குழந்தைகளை பார்த்துக்கொண்டேன்/
*என்னுள் நிரம்பிய தாயுள்ளம் இன்றுவரை தொடர்கின்றது/
*தம்பிகளின் வாழ்விற்காகப் பெற்றோரைப் பகிர்ந்து கொண்டவள்/
*அம்மாவாக பொறுப்பேற்றவள்/
*அவர்களின் வாழ்வில் ஒவ்வொரு தருணங்களிலும் தானே தாயாக மாறியவளின் திருமணம்/
*தம்பிகளை விட்டுச் செல்ல இயலாமல் தவிக்கும் மனதுடன் இவள்/
*மனைவியின் தவிப்பைப் புரிந்து கொண்ட கணவர் தம்பிகளின் படிப்பிற்குப் பொறுப்பேற்கிறார்/
*தம்பிகளோடு கணவன் இல்லம் அடைகின்றாள்/
*நாட்கள் உருண்டோடி விட்டன/
*தம்பிகளைப் படிக்கவைத்து விட்டாள்/
*இவளிற்கும் இரண்டு மகன்கள்/
*ஆயினும் மூத்த குழந்தைகள் தமையன்மார்களே!/
*இருவருக்கும் திருமணமும் செய்து விட்டாள்/
*தனித்தீவு போல் வாடிவிட்டாள்/
*உறவுகளின் ஒரு குரல் கூறுகின்றது/
*பையனுக்கு அக்காள்தானே இவள் என்னவோ அம்மா போன்று உரிமை எடுக்கிறாளேயென்று/
*பாவம் அந்த உறவிற்கு என்ன தெரியும் இவள் அக்கா மட்டுமில்லை.....அம்மாதானென்று!.

-ப.கலைச்செல்வி விவேகானந்தன்

அக்காவின் அன்பு!

பாசத்தில் பரமசிவனையும் வென்றுவிடும் என் இனிய அக்கா

➾ தினம் தினம் பாடம் சொல்லிக் கொடுத்து புகழின் உச்சிக்கு அழைத்துச் செல்பவர்

➾ என் வாழ்வில் என்றுமே மறக்கமுடியாத கலங்கரை விளக்கம் நீயே அக்கா

➾ உறவுகளிடமும் பாசத்தை அள்ளித்தரும் பொக்கிஷம் நீதானே

➾ இரட்டைக் கிளவியாகவும் அடுக்குத் தொடராகவும் என்னை வழிநடத்திச் செல்பவர்

➾ அன்புக்கு இலக்கணமாய் அன்பின் சிகரமாய் என்னை வழிநடத்துபவர் என் அக்கா

➾ சித்ரா பவுர்ணமி நிலவு போல் என்னை பிரகாசிக்கச் செய்து அழகு பார்ப்பவள்

➾ எனக்கு பாடத்தில் சந்தேகங்கள் வரும் போதெல்லாம் கப்பல் நங்கூரமாய் கற்றுத் தருபவர்

➾ வாழ்வின் உன்னதத்தை கற்றுக்கொடுத்து உலகை காணச் செய்தவர்

➾ எதிர்பாராத தருணங்களில் மொட்டவிழ்ந்த மலர் போல் என்னை கட்டிக் காத்தவளே

➾ அவளின் அன்பையும் அக்கறையும் எழுதுவதற்கு வார்த்தைகள் இல்லையே

⊷ மனிதாபிமானத்தையும் தன்மானத்தையும்
உயிர் கொள்கையாக வாழக் கற்றுக் கொடுத்தவர்
⊷ பிறந்தது அன்னை மடியே ஆயினும் நான்
வளர்ந்தது உன் மடியில் தானன்றோ
⊷ கணக்கின்றி நீ சுட்டுத் தந்த தோசைகள் என்
கண்முன்னே நிழலாடுகிறதே அக்கா
⊷ நான் துவண்ட நேரத்தில் புத்துணர்ச்சி
வார்த்தைகள் தந்து என்னை தேற்றியவளே
⊷ திருமணமாகி நீ செல்ல உன்னை காண என்
மனம் தினம் தினம் ஏங்குதே அக்கா⊷

-ப.அவினேஷ்குமார்

அக்காவின் அன்பு!

முடிவுறா கவிதையாக வாழ்ந்து எனக்கு
நல்வாழ்வு கற்றுக்கொடுத்த என் அக்காவே...
குற்றால அருவியில் குளித்ததைப் போல ஒரு
குளுகுளுப்பு உன்னைப் பற்றி எழுதுகையில்...
ஓய்வெடுக்க நேரமின்றி நான் சிகரம் தொட
ஏறிட்டு பார்த்தவள் நீயே...
பாரதி கண்ட புதுமைப் பெண்ணாய் எனக்கு பயம்
என்பதை துச்சமாக்கிய வீரப்பெண்மணி என்
அக்காவே...
எத்தனை பேர் பாசம் வைத்தாலும் உன் அன்புக்கு
ஈடாகுமா என் அபிமான அக்காவே...
நீயும் நானும் குச்சி மிட்டாய் குருவி ரொட்டி
வாங்கி சாப்பிட நாட்களை மறக்க முடியுமா
தர்ஷினி அக்காவே...
நம் பாசம் முற்றுப்புள்ளி வைக்கா நாவலாக
என்றென்றும் தொடர வேண்டுமே அக்கா...
நீதிநெறி, உலகப் பொதுமறை, திருக்குறள் என நீதி
நூல்களைக் கற்றுக்கொடுத்த என் அக்காவே...
மல்லிகையின் மனம் மாறலாம் தேனின் சுவை
கசக்கலாம் கடலில் அலை அடங்கலாம் நம்
பாசமலர் என்றுமே மாறாதே அக்கா...
புதுமைகள் மாறாத புதுக்கவிதையாய் நாம்
என்றுமே வாழ்வோம் அக்கா...

-ப.அஸ்மிதா

என் இனிய வழிகாட்டியே

என் முன் வந்து பிறந்து முன்னாடியானாள்,
விழி முன்னின்று விழி திறந்தாள்;
வழி முன் சென்று வழிகாட்டியானாள்,
நீ போகும் பாதை அதில்
நான் பின்தொடர தடுக்கா மதில்.
பின் தொடர்ந்து நானும் வந்திட
அளவற்ற பாசத்தை நீயும் தந்திட
வாழ்வெனும் வட்டத்தில்
உன் அன்பு சட்டத்தில் பணிந்து போனேன்
உன் பாச கட்டத்தால்.

-கா. பிரதிக்

தாயினும் சால

அக்கம் பக்கமெல்லாம் என் குரல்
கேட்குமென்றால் அடுப்படி விட்டுவந்து பார்த்து
நிற்கும் ஒரு சீவன் அக்கா அக்கா என ஆயிரம்
பேர் அதை அழைத்தாலும் என்னைமட்டும் சுற்றி
வரும் அந்த சீவன் மக்களை பெற்றெடுத்து
மாமனுடன் கூடி வளர்க்கையிலும்
மூத்தபிள்ளையாய் என்னை தேடுகின்னற சீவன்
விக்கலது நானெடுத்தால் தானெடுப்பதுபோல
தண்ணீரை தேடிஓடும் தனிசீவன் பக்கத்து
வீட்டினிலே பல பேர் பேசுகையில் பார்வையிலே
எனைத்தேடும் பைந்தமிழ்ச்சீவன் சிக்கல் என
நானும் துவண்டு நிற்கும் வேளையிலே பக்கத்தில்
வந்து பரிவு தரும் சீவன் திக்கெட்டும் தேடினாலும்
சோதரி நீ எனக்கு தாயினும் சால.. , அன்பில்
அவள் அன்னை............ பசித்திருப்பேன்
உணவளிப்பாள் பரிவோடு ஈன்றவள் போல்
பலகதை பேசிடுவாள் சிரிப்போடு செந்தமிழில்
செவ்வாய் மலர்ந்திடுவாள் சிறுகதைகள் தான்பேசி
சிந்தனையை தூண்டிடுவாள் மன்னனென
எந்தனை மகிழ்வோடு உரைத்திடுவாள் தன்னில்
ஒரு அங்கமென தரணியிலே பார்த்திடுவாள்
கண்களிலே இமைபோல "கண்ணா" என
காத்திடுவாள் விண்ணுலக தேவதையாய் என்
கண்ணில் தோன்றுகிறாள் என்ன பதில்
சொல்வேனடி என்னுடைய தேவதையே
சோதரியே அன்னையடி நீ எனக்கு அன்பை
பொழிவதிலே

-ச. செல்வப்பிரகாஷ்

இம்சையின் அரசி

அவளின் அன்பு தனி உணர்ச்சி
அன்னை பாசத்தின் புணர்ச்சி
என் அப்பனின் இளவரசி
அறிவுரை கூறும் வாத்திச்சி
அனைத்தும் அறிந்த மடச்சி
என்னிடம் அடிவாங்கும் குட்டச்சி
கோபம் வந்தால் மட்டும் ஒரே அழுகாச்சி
மொத்தத்தில் நான் செய்யும் இம்சையின் அரசி
இன்று வேறோரு வீட்டின் இல்லத்தரசி

- Jeyakumar M

ஆனந்த யாழை

சிவந்த மின்னலில்
மழை வருமென அறிந்தேன்.
காற்று இடக்கை
பக்கத்தை கடந்து சென்றது.
இரவில் கொக்குகள்
வேடனை போல் அலைந்தன.
இடியின் ஒலிப்பு
அத்துணை கௌரவமாக இல்லை.
காற்று இப்போது
என்னை மோதி கடக்கிறது.
கிழக்கும் மேற்குமாக
நடந்து சென்று நடந்து வருகிறேன்.
யார் வீட்டிலும்
எந்த இசையும் கேட்கவில்லை.
பூனையின் நிழல்
சுவரில் எழும்பி அமிழ்கிறது.
பழகிய பூனைகள்
சில சமயம் கடிக்காது.
ரஹீனா இப்போது
அப்பாவென தேடி வரக்கூடும்.
அவள் முன்பே
மழையில் நனைந்து விட்டாள்.
(அவள் தேசத்தில்).
ஆனந்த யாழை
மீட்டுகிறாய் பாடலை கேட்பாள்.
மழை தூரலாகி
சுவர் மீது மெத்'தென ஒட்டுகின்றன.

அவள் பாடலை
நேற்றேல்லாம் கேட்டிருப்பாள்.
முன் வந்த
பழைய பாடல் என்றாலும்
அவளுக்கு அது
இனிமேல் புதிதுபோல் இன்று.
கேளுங்கள் அப்பா
என்று அனுப்பி இருந்தாள்.
மழை முதிர்ந்து
அறைக்குள் ஓடி நின்றேன்.
விளக்கு நிலையிழந்து
ஒளியில் கலைந்து அணைந்தது.
துமியாய் சிதறியபோது
மழைக்குள் நான் அண்டினேன்.
இப்போது கேட்கிறது
ஆனந்த யாழை மீட்டுகிறாய்.
யாருக்கும் கேட்காது
மழை பாடுவதுபோல் கேட்கிறது.
ஒரு சௌகர்யம்
மழையில் அழுதாலும் தெரியாது.

-கவிஞர் சி. பிரவீன் குமார்

அக்கா என்பவாள் இளையதாய்
அக்கா என்பவாள் காக்கும் ஓர் கேடயம்
அக்கா என்பவள் பாட்டியின் சுருக்கு பை
அக்கா என்பவள் போதிக்கும் போதி மரம்
அக்கா என்பவள் அன்பால் கண்டிக்கும் காவல்காரி
அக்கா என்பவள் கவலையை தீர்த்து வைக்கும்
தீர்க்கதரசி
அக்கா என்பவள் வாழ்கைக்கு வழிகாட்டும்
களங்கரைவிளக்கம்
அக்கா என்பவள் புயலில் வீசும் தென்றல்
அக்கா என்பவள் பாறையை சிலையாக்கும் சிற்பி
அக்கா என்பவள் தன் கஷ்டங்களை ஒதுக்கி என்கு
அழகான பாதை வகுப்பவள்
அக்கா என்பவள் தான் அக்கறை சென்றாலும்
என்மீது அக்கரை கொண்டவள்

-அ.ரஹீம் ஜாவித்

நன்றியுரை

இந்த நூல் உருவாக காரணமாக இருந்த என் அண்ணி ,என் கணவர் மற்றும் தொடந்து ஊக்கமளித்து வரும் புக் பெண்சேர்ஸ் & ஏலே பப்பிளிகேஷன் முக்கியமாக நமது எழுத்தாளர்கள் அனைவருக்கும் என் மனமார்ந்த

நன்றிகள் .....

www.ingramcontent.com/pod-product-compliance
Lightning Source LLC
LaVergne TN
LVHW040750051026
849519LV00007BA/2505
* 9 7 8 9 3 5 5 3 3 2 3 4 9 *